TRUYỆN TÍCH
VU LAN

TRUYỆN TÍCH VU LAN

MINH CHÂU *sưu tầm*

NGUYỄN MINH TIẾN *hiệu đính*

MINH CHÂU *sưu tầm*
NGUYỄN MINH TIẾN *hiệu đính*

TRUYỆN TÍCH VU LAN

NHÀ XUẤT BẢN LIÊN PHẬT HỘI
UNITED BUDDHIST PUBLISHER

Lời nói đầu

Trong đạo Phật, hiếu hạnh được xem là đứng đầu trong tất cả các đức hạnh. Điều này đã được đức Phật chỉ dạy trong rất nhiều kinh điển. Vâng theo lời Phật dạy, ngay từ thời Phật còn tại thế đã có tôn giả Mục-kiền-liên được tôn xưng là bậc Đại hiếu. Từ đó đến nay, trải qua hơn 2.500 năm, cũng đã có không ít những gương hiếu hạnh trong hàng Phật tử. Và mỗi năm cứ đến mùa Vu Lan tháng bảy thì những người con Phật lại nhắc nhở cho nhau truyền thống này.

Tập truyện này sưu tập một số những truyện tích liên quan đến hiếu hạnh, hy vọng sẽ là món quà nhỏ có giá trị cho các bạn trẻ nhân mùa Vu Lan. Do điều kiện tư liệu hạn chế cũng như trình độ giới hạn của những người thực hiện, chắc hẳn sẽ không thể tránh được ít nhiều sai sót. Kính mong quý độc giả niệm tình lượng thứ.

Mùa Vu Lan năm Giáp Thân

Những người thực hiện

NỘI DUNG

Tỳ-kheo phụng dưỡng cha mẹ

Có một người con trai của gia đình phú hộ trong kinh thành Sàvatthi, khi đến nghe đức Phật thuyết pháp liền phát sanh đức tin trong sạch, xin phép cha mẹ xuất gia trở thành tỳ-kheo.

Sau khi trở thành tỳ-kheo, người ấy cùng sống với vị thầy đã tế độ cho mình trong suốt 5 năm, học và thực hành các pháp môn giới, định, tuệ.

Sau đó, tỳ-kheo ấy xin phép thầy rời khỏi ngôi chùa Jetavana đi đến một nơi xa ở trong rừng để hành đạo.

Trong khi đó, gia đình ông bà phú hộ gặp cảnh sa sút, tài sản dần dần khánh kiệt, cho đến nỗi hai ông bà phải đi ăn xin, nương nhờ dưới mái nhà của người khác để sống qua ngày.

Nghe tin cha mẹ của mình lâm vào cảnh khổ, vị tỳ-kheo ấy nghĩ rằng: "Ta đã hành đạo suốt 12 năm qua, mà vẫn chưa chứng đắc Thánh quả nào; có lẽ ta là người chưa có đủ pháp hạnh Ba-la-mật. Vậy, ta nên hoàn tục trở về lo phụng dưỡng cha mẹ già đang lâm vào hoàn cảnh khổ, và làm phước thiện bố thí, giữ giới, hành thiền... để tạo duyên lành cho kiếp sau."

Nghĩ xong, vị tỳ-kheo ấy ra khỏi khu rừng, trên đường trở về kinh thành Sàvatthi, nghĩ rằng: "Hôm nay, ta đến hầu đức Thế Tôn nghe pháp xong, ngày mai sẽ đi tìm gặp cha mẹ."

Canh chót đêm hôm ấy, đức Thế Tôn sau khi xả đại bi định, quán xét chúng sinh có duyên lành cần được tế độ; đức Thế Tôn nhìn thấy vị tỳ-kheo ấy có duyên lành chứng đắc Thánh quả Tu-đà-hoàn.

Vị tỳ-kheo ấy ngồi nghe pháp trong nhóm các đệ tử, đức Thế Tôn thuyết bài kinh Màtuposakasutta ca tụng ân đức cha mẹ đối với con và bổn phận làm con, cả hàng tại gia lẫn bậc xuất gia đều có bổn phận lo phụng dưỡng cha mẹ.

Nghe bài kinh xong, vị tỳ-kheo nghĩ rằng: "Ta vốn có ý định hoàn tục để lo phụng dưỡng cha mẹ, nay đức Thế Tôn thuyết pháp dạy bậc xuất gia cũng có thể phụng dưỡng cha mẹ được. Vậy, ta chớ nên hoàn tục, ta là tỳ-kheo cũng có thể phụng dưỡng cha mẹ được."

Vị tỳ-kheo tìm gặp cha mẹ đưa về phụng dưỡng; làm nhà cho cha mẹ ở, rồi hằng ngày ngài đi khất thực có được cháo, cơm, thức ăn đều mang về phụng dưỡng cha mẹ trước, còn về phần ngài sẽ thọ dụng sau. Vì thế, việc khất thực có bữa no bữa đói, nên thân thể ngài ngày càng gầy ốm hơn. Khi được cúng dường tấm vải mới nào, ngài lại mang dâng cho cha mẹ mặc; còn ngài lấy tấm vải cũ của cha mẹ, giặt sạch, nhuộm màu, may y để mặc.

Hằng ngày, ngài lo việc phụng dưỡng cha mẹ hơn lo cho thân mình. Do đó, mà ngày càng gầy guộc xanh xao.

Khi các vị tỳ-kheo khác hỏi, ngài trình bày sự thật lo phụng dưỡng cha mẹ như vậy. Các tỳ-kheo khác chê trách ngài, rồi bạch chuyện này lên đức Thế Tôn.

Đức Thế Tôn cho người gọi vị tỳ-kheo ấy đến, hỏi rằng:

- Này con, hai ông bà già mà con phụng dưỡng là ai vậy?

- Kính bạch đức Thế Tôn, hai ông bà già ấy là thân mẫu và thân phụ của con.

Nghe vị tỳ-kheo bạch như vậy, đức Thế Tôn bèn tán dương khen ngợi rằng: Sàdhu! Sàdhu! Lành thay! Lành thay!.

Đức Thế Tôn dạy rằng:

- Con đã thực hành theo đúng con đường xưa kia Như Lai thực hành.

Rồi đức Thế Tôn thuyết về tiền kiếp của ngài là đạo sĩ Suvannasàma đã phụng dưỡng cha mẹ mù đều là đạo sĩ ở trong rừng.[1]

Đức Thế Tôn lại dạy rằng:

- Sự phụng dưỡng cha mẹ là việc làm theo truyền thống của các bậc thiện trí.

Nhân dịp ấy, đức Thế Tôn thuyết pháp tế độ chư tỳ-kheo. Vị tỳ-kheo phụng dưỡng cha mẹ ấy chứng ngộ chân lý Tứ thánh đế, chứng đắc Thánh quả Tu-đà-hoàn.

Phụng dưỡng cha mẹ được thoát nạn

Trong thời quá khứ, Bồ Tát Suvannasàma là tiền thân đức Phật Thích-ca, là vị đạo sĩ phụng dưỡng cha mẹ. Cha mẹ ngài đều là hai vị đạo sĩ mù, trong khu rừng lớn gần bờ sông Migasammatà.

Vào thời kỳ ấy, đức vua Pìliyakkha trị vì kinh thành Bàrànasì. Đức vua có thú săn nai ăn thịt; một mình ngự vào rừng núi Himavanta, nhìn thấy dấu chân nai trên đường đi lấy nước uống, nước dùng của đạo sĩ Suvannasàma. Đức vua liền ẩn mình một nơi, nhìn thấy Bồ Tát cùng với một đàn nai đi chung quanh trên đường lấy nước trở về vào lúc buổi chiều. Vua giương cung bắn mũi tên có tẩm thuốc độc trúng Bồ Tát. Bồ Tát nằm quỵ xuống đau đớn quần quại, cất tiếng than vãn thống thiết dịu dàng; chỉ nghĩ đến cha mẹ già đui mù không ai hái trái cây chín, đem nước uống, nước dùng về phụng dưỡng.

---

[1] Bộ Jàtaka, chuyện Suvannasàmajàtaka.

Lắng nghe lời than vãn, đức vua nghĩ rằng: vị đạo sĩ này, dù bị bắn trúng mũi tên độc đau đớn quằn quại mà không có một lời trách móc ta, chỉ nghe lời than vãn dịu dàng êm ái.

Đức Vua liền ngự đến, nhìn thấy Bồ Tát đang đau khổ, làm cho vua cảm động, ân hận trào nước mắt.

Một thiên nữ tên Bahusundarì thường trú ở núi Gandhamàdana đã từng là thân mẫu của Bồ Tát vào kiếp thứ 7 trong quá khứ, vì tình mẹ thương con nên thường nghĩ đến Bồ Tát. Ngày hôm ấy, vị thiên nữ nhìn thấy Bồ Tát đang trong cơn bất tỉnh, xem xét biết rõ mọi việc xảy ra, nghĩ rằng: "Nếu ta không đến nơi ấy để cứu giúp thì Bồ Tát sẽ chết, cha mẹ Bồ Tát không có vật thực, nước uống cũng sẽ chết, và đức vua Pìliyakkha sẽ ân hận đến nỗi cũng phải băng hà. Nhưng nếu ta đến cứu giúp, yêu cầu đức vua gặp cha mẹ Bồ Tát, dẫn cha mẹ ngài đến cầu nguyện bằng lời chân thật, và chính ta cũng cầu nguyện bằng lời chân thật. Do những lời chân thật ấy sẽ giúp Bồ Tát thoát khỏi tử thần, đồng thời cha mẹ của Bồ Tát có đôi mắt sáng trở lại. Đức vua nghe Bồ Tát thuyết pháp, khi trở về trị vì đất nước bằng thiện pháp, lúc băng hà, do thiện nghiệp sẽ được tái sanh lên cõi trời Dục giới."

Thiên nữ nghĩ vậy rồi liền hiện đến đứng trên hư không nói rằng:

- Tâu đại vương, người nên thay Bồ Tát Sàma phụng dưỡng cha mẹ của Bồ Tát. Như vậy, đại vương sau khi chết, nhờ thiện nghiệp ấy sẽ được tái sanh cõi thiên giới.

Nghe lời khuyên của thiên nữ, đức vua liền ngự đến tìm gặp cha mẹ Bồ Tát, kể lại mọi sự việc xảy ra. Cha mẹ Bồ Tát tâu rằng:

- Tâu đại vương, nếu như vậy xin đại vương từ bi dẫn hai chúng tôi đến tận nơi gặp Suvannasàma.

Cha mẹ Bồ Tát đến nơi sờ vào thân mình của Suvannasàma nguyện bằng lời chân thật rằng:

- Sàma thường hành thiện pháp, phụng dưỡng cha mẹ, do lời chân thật này, xin cho chất độc trong thân của Sàma hãy tiêu tan.

Nguyện xong lời chân thật, thân của Bồ Tát có thể bắt đầu cử động. Tiếp theo vị thiên nữ nguyện rằng:

- Tôi trú tại núi Gandhamàdana trải qua thời gian lâu rồi, không thương yêu ai hơn Sàma con tôi. Do lời chân thật này, xin cho chất độc trong thân của Sàma hãy tiêu tan.

Vừa dứt lời nguyện chân thật của vị thiên nữ, những điều phi thường xảy ra cùng một lúc:

- Bồ Tát Suvannasàma bình phục như xưa.

- Cha mẹ của Bồ Tát có đôi mắt sáng trở lại.

- Mặt trời vừa rạng đông.

- Cả 4 người đều có mặt trong am của đạo sĩ, do năng lực của vị thiên nữ.

Khi ấy, Bồ Tát liền thuyết pháp tế độ đức vua rằng:

- Này đại vương, người nào biết lo phụng dưỡng cha mẹ bằng thiện pháp, chư thiên hộ trì người ấy.

Người nào biết lo phụng dưỡng cha mẹ bằng thiện pháp, các bậc thiện trí tán dương ca tụng người ấy trong đời này; người ấy sau khi từ bỏ cuộc đời này, do thiện nghiệp ấy sẽ tái sanh lên cõi thiên giới hưởng mọi sự an lạc.

Này đại vương, nếu muốn được tái sanh lên cõi trời hưởng mọi sự an lạc, thì nên thực hành 10 thiện pháp (Ràjadhamma) như sau:

1. Này đại vương, xin đại vương phụng dưỡng hoàng thái hậu và thái thượng hoàng bằng thiện pháp trong đời này; do thiện pháp ấy cho quả tái sanh lên cõi trời.

2. Này đại vương, xin đại vương có tâm từ bi tế độ hoàng tử, công chúa và hoàng hậu bằng thiện pháp trong đời này, do thiện pháp ấy cho quả tái sanh lên cõi trời.

3. Này đại vương, xin đại vương đối xử với các quan trong triều bằng thiện pháp trong đời này, do thiện pháp ấy cho quả tái sanh lên cõi trời.

4. Này đại vương, xin đại vương có tâm từ bi tế độ voi, ngựa, và quân lính bằng thiện pháp trong đời này, do thiện pháp ấy cho quả tái sanh lên cõi trời.

5. Này đại vương, xin đại vương đối xử với thần dân trong kinh thành và ngoài kinh thành bằng thiện pháp trong đời này, do thiện pháp ấy cho quả tái sanh lên cõi trời.

6. Này đại vương, xin đại vương đối xử với thần dân các vùng xa và biên giới bằng thiện pháp trong đời này, do thiện pháp ấy cho quả tái sanh lên cõi trời.

7. Này đại vương, xin đại vương hộ độ chư sa-môn, bà-la-môn một cách cung kính trong đời này, do thiện pháp ấy cho quả tái sanh lên cõi trời.

8. Này đại vương, xin đại vương có tâm từ, bi đối với đàn thú như: nai, chim... bằng thiện pháp trong đời này, do thiện pháp ấy cho quả tái sanh lên cõi trời.

9. Này đại vương, xin đại vương thường thực hành thiện pháp trong đời này rồi, chính thiện pháp ấy đem lại sự an lạc trong đời này, nhờ thiện pháp ấy cho quả tái sanh lên cõi trời.

10. Này đại vương, đức vua trời Inda cùng chư thiên, chư phạm thiên hưởng mọi sự an lạc ở cõi trời đều nhờ quả thiện pháp. Vậy xin đại vương chớ nên dễ duôi trong mọi thiện pháp.

Sau đó, Bồ Tát giải thích cho đức vua nghe về 10 thiện pháp như sau:

Phụng dưỡng hoàng thái hậu, thái thượng hoàng là đức Vua mỗi ngày đều thức dậy sớm, tự mình đem nước rửa mặt, súc miệng dâng đến hai người, mang vật thực dâng đến hai người.

Tế độ hoàng tử, công chúa là đức vua phải dạy dỗ hoàng tử, công chúa tránh xa mọi việc ác, cố gắng làm mọi việc thiện, cho học hành văn võ song toàn, đến khi trưởng thành, tìm nơi xứng đáng cho kết hôn, ban cho của cải, sự nghiệp.

Tế độ hoàng hậu là phải tấn phong địa vị xứng đáng, không coi thường, giao cho quyền lớn trong nội cung, ban cho những đồ trang sức.

Đối xử với các quan trong triều bằng 4 pháp tế độ:

- Ban thưởng người đáng ban thưởng.
- Nói lời đáng yêu mến.
- Nói điều đem lại sự lợi ích, sự tiến hoá, sự an lạc lâu dài.
- Sống hoà mình với các quan, vui cùng hưởng, khổ cùng chịu.

Từ, bi tế độ voi, ngựa, quân lính là, đối với ngựa già yếu cho nghỉ ngơi, cho ăn uống đầy đủ, chăm nom săn sóc chúng; và những người lính già cho về hưu trí, hưởng tiền trợ cấp hằng tháng cho đến chết.

Đối với thần dân trong kinh thành và ngoài kinh thành, không nên áp dụng sưu cao thuế nặng, làm cho thần dân cực khổ.

Đối với thần dân các vùng xa và biên giới, khi gặp cảnh hạn hán đói khổ, nên phát chẩn cứu giúp.

Hộ trì chư sa-môn, bà-la-môn là nên cúng dường 4 thứ thiết yếu: vật thực, y phục, chỗ ở, thuốc trị bệnh.

Đối với các đàn thú như đàn nai, đàn chim... các loài thú vật có 4 chân, 2 chân... không nên sát hại, nên tôn trọng sanh mạng của muôn loài.

Thực hành 10 thiện nghiệp là: không sát sanh, không trộm cắp, không tà dâm, không nói dối, không nói lời chia rẽ, không nói lời thô tục, không nói lời vô ích, không tham lam, không thù hận, có chánh kiến; thực hành 10 phước thiện: bố thí, giữ giới, hành thiền....

Chư thiên, đức vua trời Inda, chư phạm thiên, hưởng mọi sự an lạc cõi trời, đều do nhờ quả thiện pháp.

Dục giới thiện pháp cho quả tái sanh lên cõi trời Dục giới.

Sắc giới thiện pháp cho quả tái sanh lên cõi trời Sắc giới.

Vô sắc giới thiện pháp cho quả tái sanh lên cõi trời Vô sắc giới.

Cuối cùng Bồ Tát khuyên đức vua rằng:

"Này đại vương, vì vậy, xin đại vương chớ nên buông thả trong mọi thiện pháp."

Lắng nghe Bồ Tát thuyết pháp xong, đức vua vô cùng hoan hỉ, phát sanh đức tin trong sạch nơi Bồ Tát, xin thọ trì ngũ giới, rồi xin phép từ giã về cung. Từ đó về sau, vua giữ gìn ngũ giới, nghiêm chỉnh thực hành 10 pháp mà Bồ Tát đã dạy, trị vì đất nước bằng thiện pháp cho đến khi băng hà. Sau khi băng hà, do thiện pháp cho quả tái sanh lên cõi trời hưởng mọi sự an lạc.

Bồ Tát và cha mẹ của ngài thực hành thiền định, chứng đắc các bậc thiền. Sau khi chết, do bậc thiền sở đắc của mình cho quả tái sanh lên cõi Sắc giới Phạm thiên, hưởng sự an lạc và tuổi thọ lâu dài trên cõi trời Sắc giới Phạm thiên ấy.

Người nghèo Sutana hiếu dưỡng cha mẹ

Thời quá khứ, trong kinh thành Bàrànasì, Bồ Tát Sutana, tiền thân của đức Phật Thích-ca, là một người nghèo làm thuê phụng dưỡng cha mẹ. Khi cha qua đời, lại lo việc phụng dưỡng mẹ.[1]

Vào thời ấy, đức vua trong kinh thành Bàrànasì có thú săn nai. Một hôm, vua ngự cùng các quan vào rừng, truyền lệnh rằng:

- Nai chạy về hướng người nào, người ấy phải bắt cho được.

Khi ấy, một con nai chạy về phía vua. Vua lấy cung tên bắn, con nai giả bộ trúng tên nằm lăn xuống đất. Vua vừa đến bắt, con nai lại đứng dậy bỏ chạy. Vua đuổi theo kịp, dùng gươm chặt ra làm 2 phần, lấy cây gánh quay trở lại. Vì mệt quá, nên vua ghé lại gốc cây da, định nằm nghỉ một lát mới đứng dậy trở về.

Tại cây da ấy, có quỷ dạ-xoa tên là Maghadeva thường trú nơi ấy, hiện ra nắm tay vua bảo rằng:

- Hãy đứng lại! Hôm nay nhà ngươi là vật thực của ta.

Đức Vua hoảng sợ hỏi rằng:

- Ngươi chỉ ăn thịt ta ngày hôm nay thôi, hay ngươi ăn thịt hằng ngày?

Dạ xoa đáp rằng:

- Khi có thịt, ta sẽ ăn hằng ngày.

Vua nói rằng:

---

[1] Bộ Jàtaka, chuyện Sutanajàtaka.

- Ta là đức vua trị vì ở kinh thành Bàrànasì này. Hôm nay ngươi hãy ăn món thịt nai này, để cho ta về cung. Bắt đầu ngày mai, mỗi ngày ta sẽ nạp cho ngươi một người để ăn thịt.

Dạ-xoa nói:

- Nếu vậy, nhà ngươi không được thất hứa. Ngày nào người không nạp một người mang mâm đồ ăn đến cho ta, ta sẽ bắt ngươi ăn thịt.

Vua cam kết sẽ làm theo lời hứa, dạ-xoa liền tha chết, để cho vua hồi cung.

Khi hồi cung, bắt đầu ngày hôm sau, vua truyền lệnh mỗi ngày bắt một phạm nhân mang một mâm đồ ăn đến nạp cho quỷ dạ-xoa. Dạ-xoa ăn mâm đồ ăn xong rồi ăn thịt người ấy.

Qua một thời gian lâu, không còn phạm nhân. Đến các tù nhân thường cũng không còn. Đức vua hoảng sợ, vì nếu không có người nạp cho dạ-xoa ăn thịt, thì dạ-xoa sẽ đến bắt đức vua mà ăn. Đức vua bèn cho người cưỡi voi đem theo 1.000 đồng tiền vàng mà truyền chiếu chỉ rằng:

- Ai có thể đem mâm vật thực đến nạp cho dạ-xoa, sẽ được thưởng 1.000 đồng vàng này.

Nghe vậy, Bồ Tát xin nhận 1.000 đồng vàng đem về dâng cho mẹ, rồi vào yết kiến đức vua.

Đức Vua hỏi:

- Nhà ngươi sẽ đem mâm đồ ăn nạp cho dạ-xoa có phải không?

- Tâu đại vương, đúng vậy. Kẻ tiện dân này sẽ đem mâm đồ ăn nạp cho dạ-xoa.

Vua hỏi:

- Nhà ngươi cần những gì?

- Tâu đại vương, kẻ tiện dân này cần một đôi hài vàng, 1 chiếc lọng vàng, và 1 thanh kiếm báu của đại vương.

Vua lại hỏi:

- Tại sao nhà ngươi cần những thứ quý báu ấy?

Bồ Tát giải thích:

- Tâu đại vương, bởi vì, dạ-xoa chỉ được phép ăn thịt người đứng trên mặt đất và dưới bóng cây trong phạm vi của y mà thôi; còn tiện dân đứng trên đôi hài vàng và dưới bóng của chiếc lọng vàng, thì dạ-xoa không được phép ăn thịt tiện dân. Và thông thường hàng phi nhân sợ người có khí giới trong tay; khi tiện dân có thanh kiếm báu trong tay thì dạ-xoa không dám đến gần. Nếu y tiến đến bắt tiện dân ăn thịt, thì tiện dân sẽ giết chết y bằng thanh kiếm báu này.

Nghe lời giải thích của Bồ Tát, vua rất hài lòng và hỏi rằng:

- Nhà ngươi cần thêm gì nữa?

- Tâu đại vương, những thứ đồ ăn đặt trên một chiếc mâm thường, không xứng đáng với hạng người trí như tiện dân. Vì vậy, xin đặt những đồ ăn trên chiếc mâm bằng vàng, mà đại vương thường dùng hằng ngày.

Vua ban cho Bồ Tát Sutana những thứ ấy, và cho lính theo hầu hạ Bồ Tát. Nhờ lính mang theo những thứ báu ấy, đến gần nơi ở của dạ-xoa, rồi Bồ Tát bảo họ chờ nơi ấy. Bồ Tát mang đôi hài vàng, che chiếc lọng vàng trên đầu, đặt mâm đồ ăn trên đầu thanh kiếm báu, đứng phía ngoài ranh giới của bóng cây, trao mâm đồ ăn cho dạ-xoa.

Dạ xoa nghĩ rằng: "Ta sẽ lừa người này vào trong bóng cây rồi ăn thịt y." Nghĩ rồi liền nói:

- Xin mời bạn vào đây, chúng ta cùng nhau dùng vật thực.

Bồ Tát bảo:

- Ta nói cho người biết, người chớ hòng lừa ta. Hôm nay, vua nạp ta cho người ăn thịt. Nhưng người không có quyền ăn thịt ta được. Bởi vì hôm nay ta đến đây, đứng trên đôi hài vàng của vua, không đứng trên phạm vi mặt đất của ngươi; và ta đứng dưới chiếc lọng vàng của vua, không đứng dưới bóng cây của ngươi. Như vậy, ngươi không có lý do gì để ăn thịt ta được.

Nếu ngươi muốn cố ý ăn thịt ta, thì ta sẽ dùng thanh kiếm báu của vua giết chết ngươi hôm nay.

Lắng nghe lời nói hùng hồn, cương quyết của Bồ Tát, dạ-xoa nghĩ rằng: "Người này nói rất đúng, một con người dũng cảm, không hề biết sợ."

Rồi dạ-xoa phát sanh đức tin trong sạch với Bồ Tát, xin nhận món đồ ăn. Ăn xong dạ-xoa thưa rằng:

- Kính thưa bậc thiện trí, xin ngài trở về được an toàn. Thân mẫu của ngài đang trông chờ ngài.

Bồ Tát dạy rằng:

- Này bạn, kiếp trước bạn đã tạo ác nghiệp nên tái sanh làm kiếp dạ-xoa ăn thịt người. Kể từ nay về sau, xin bạn chớ nên tạo ác nghiệp sát sanh nữa.

Bồ Tát liền thuyết giảng quả báu của sự giữ gìn ngũ giới và tội lỗi của sự phá giới.

Dạ-xoa phát sanh đức tin trong sạch nơi Bồ Tát, xin thọ trì ngũ giới. Bồ Tát khuyến khích rằng:

- Này bạn, bạn ở trong rừng này không ích lợi gì đâu! Xin bạn hãy đi với tôi ra ngoài kinh thành.

Dạ xoa nghe lời khuyên của Bồ Tát nên mang những vật báu đi theo sau Bồ Tát.

Nghe tin Bồ Tát trở về, đức vua ngự ra đón rước Bồ Tát. Sau đó vua cho phép dạ-xoa thường trú tại cổng thành, hằng ngày được hưởng mọi sự lợi lộc. Vua mời Bồ Tát về cung điện, tấn phong Bồ Tát địa vị quân sư, cung kính lắng nghe lời dạy bảo của Bồ Tát.

Bồ Tát phụng dưỡng mẹ già được đầy đủ, hưởng mọi sự an lạc cho đến mãn kiếp.

Vua trị vì đất nước bằng thiện pháp, sau khi băng hà, do thiện pháp cho quả tái sanh lên cõi trời, hưởng mọi sự an lạc ở cõi trời.

Chuyện kên kên chúa

Thời quá khứ, Bồ Tát tiền thân của đức Phật Thích-ca sanh làm con kên kên chúa phụng dưỡng cha mẹ già đui mù ở động kên kên. Hằng ngày, kên kên chúa tìm thịt tha về phụng dưỡng cha mẹ.[1]

Một hôm, người thợ săn tên Nilìya đặt bẫy trong nghĩa địa gần thành Bàrànasì, Bồ Tát đi tìm thịt trong nghĩa địa chẳng may bị mắc bẫy. Ngài không hề nghĩ đến mình, mà nằm nghĩ đến cha mẹ già đui mù nên than vãn rằng: "Song thân già đui mù của ta sẽ ra sao? Song thân không biết ta đã bị mắc bẫy, rồi song thân không có nơi nương nhờ, không có vật thực, rồi song thân ta sẽ chết khô trong động mà thôi!".

Người thợ săn lắng nghe con kên kên than khóc bèn hỏi rằng:

- Này kên kên, người than khóc gì vậy, ta chưa từng thấy, chưa từng nghe loài chim lại nói được tiếng người như vậy?

Kên kên chúa đáp rằng:

- Này người thợ săn, tôi có phận sự lo phụng dưỡng cha mẹ già đui mù ở trong động, bây giờ tôi đã bị mắc bẫy của người rồi, cha mẹ tôi sẽ ra sao?

Người thợ săn hỏi:

---

[1] Bộ Jàtaka Sattakanipàta, chuyện Màtupasakagijjha-jàtaka.

- Này kên kên, người đời thường nói rằng: loài kên kên có khả năng nhìn xa cả 100 do tuần.[1] Vậy tại sao ngươi đến gần rập lưới hoặc gần bẫy mà không hay biết?

Bồ Tát đáp rằng:

- Này người thợ săn, bởi vì chúng sinh đến lúc mạng chung, đến thời tai họa thì dù đến gần rập lưới hoặc gần bẫy cũng chẳng hay biết.

Lắng nghe lời giải đáp của Bồ Tát, người thợ săn vô cùng hoan hỉ, nghĩ rằng: "Con kên kên chúa này thật đáng kính phục, khi mắc bẫy không hề nghĩ đến mình, mà chỉ khóc than thương cha mẹ già đui mù không ai phụng dưỡng."

Người thợ săn vô cùng cảm động, hai tay nhẹ nhàng cẩn thận tháo gỡ bẫy thả Bồ Tát ra với tâm từ bi cứu khổ, rồi nói với Bồ Tát rằng:

- Này kên kên, tôi xin thả người ra rồi người bay trở về lo phụng dưỡng cha mẹ già đui mù. Cầu chúc người được thân tâm an lạc, đoàn tụ với cha mẹ thân quyến.

Do phước đức của việc phụng dưỡng cha mẹ già, nên Bồ Tát kên kên chúa được thoát nạn chết, Ngài vô cùng hoan hỉ và cầu chúc người thợ săn rằng:

- Này người thợ săn, cũng như vậy, cầu chúc người được hạnh phúc an lạc cùng với cha mẹ, thân bằng quyến thuộc của người. Còn tôi, xin từ giã trở về lo phụng dưỡng cha mẹ già đui mù.

Kên kên chúa mang thịt về phụng dưỡng cha mẹ như trước.

---

[1] Mỗi do tuần (yojana) là khoảng 20 kilomet.

Chim vẹt nhân từ

Thời quá khứ, miền đông bắc xứ Magadha, có rất nhiều con vẹt sống trong khu rừng lớn gần núi.

Thời ấy, Bồ Tát tiền thân của đức Phật Thích-ca sanh làm chim vẹt chúa rất xinh đẹp, thường tha đồ ăn từ rừng núi Himavanta đem về phụng dưỡng cha mẹ.[1]

Trong làng Sàlindiya, có người bà-la-môn dòng Kosiya gieo trồng lúa Sàli trên một thửa ruộng lớn cả 100 mẫu, có cho người trông nom canh gác giữ gìn đám lúa ấy.

Chim vẹt chúa cùng với bầy chim rất đông bay đáp xuống ruộng ăn lúa Sàli, người trông nom canh gác không thể nào ngăn cấm được. Bầy chim vẹt ăn no đủ bay về, riêng có một con chim vẹt chúa không những ăn no đủ rồi, mà còn tha lúa Sàli bay về nữa. Người trông nom canh gác ruộng lúa trình với ông chủ. Người bà-la-môn bảo rằng:

- Nếu như vậy, ngươi hãy đặt bẫy rập chờ chim vẹt chúa đáp xuống, bắt sống nó đem về đây cho ta.

Người trông nom canh gác tuân theo lệnh ông chủ, bắt sống được chim vẹt chúa đem trình đến ông chủ.

Vừa nhìn thấy con chim vẹt chúa, ông bà-la-môn sanh tâm thương yêu quý mến vô cùng. Ông đặt Bồ Tát đậu trên đầu gối rồi hỏi rằng:

- Này chim vẹt, ngươi ăn lúa Sàli của ta no nê rồi còn tha đem về, nhà ngươi có bồ lúa phải không? Hay nhà ngươi muốn gây oan trái với ta?

Nghe câu hỏi, Bồ Tát chim vẹt chúa ôn tồn đáp bằng bài kệ rằng:

---

[1] Bộ Jàtaka Pakinnakanipàta, chuyện Sàlikedarajàtaka.

Thưa ông Kosiya kính mến!
Bồ lúa của tôi nào đâu có!
Oan trái với ông tôi không nghĩ.
Tôi ở trong khu rừng lớn này,
Lo trả món nợ cũ đã vay,
Cho vay món nợ mới về sau.
Chôn cất của quý, dành mang theo.
Xin ông thông cảm cho tôi vậy!

Nghe câu giải đáp với ý nghĩa sâu sắc, ông bà-la-môn không hiểu, nên hỏi lại Bồ Tát rằng:

- Ngươi trả món nợ cũ cho ai? Và cho ai vay món nợ mới? Chôn cất của quý để dành mang theo bên mình được như thế nào? Nhà ngươi hãy giải thích rõ ràng cho ta hiểu.

Chim vẹt chúa giải thích rằng:

Thưa ông Kosiya kính mến!
Cha mẹ tôi già yếu ở tổ,
Tôi tha lúa về nuôi cha mẹ,
Trả nợ cũ đã vay từ nhỏ.

Con tôi còn nhỏ bé thơ dại,
Chưa có cánh bay đi kiếm ăn,
Tôi tha lúa về nuôi con tôi,
Cho vay món nợ mới về già,
Con tôi sẽ nuôi dưỡng lại tôi.

Những chim khác bệnh hoạn yếu đuối,
Có đôi cánh mà bay không được,
Tôi tha lúa về nuôi dưỡng chúng,
Tạo phước thiện bố thí để dành,
Bậc thiện trí gọi phước thiện ấy,
Là kho tàng phước mang theo mình,
Xin ông hiểu rõ ý nghĩa vậy!

Lắng nghe lời giải thích, ông bà-la-môn có đức tin trong sạch nơi Bồ Tát và vô cùng hoan hỉ cho phép rằng:

- Kể từ nay về sau, nhà ngươi cùng bà con thân quyến của ngươi được an toàn sanh mạng, được phép tự do ăn lúa Sàli trên toàn đám ruộng của ta.

Đám ruộng lúa Sàli của ông bà-la-môn cả 100 mẫu, Bồ Tát biết tri túc, chỉ xin phép ăn lúa Sàli trên khoảng 8 mẫu, phần còn lại thuộc về của ông bà-la-môn sẽ không đụng chạm đến.

Bồ Tát trước khi từ giã có lời khuyên ông bà-la-môn rằng:

- Này ông bà-la-môn, xin ông chớ nên buông thả, hãy cố gắng tinh tấn tạo nhiều phước thiện.

Bồ Tát chim vẹt chúa tha lúa về nuôi dưỡng cha mẹ, con cái và những con chim già yếu bệnh hoạn.

Ông bà-la-môn sai người cắm cọc khoanh vùng khoảng 8 mẫu, bảo người trông nom canh gác rằng:

- Ngươi chớ nên ngăn cấm loài chim ăn lúa Sàli và tha đem về trong vùng lúa này.

Từ đó về sau, bầy chim được phép ăn lúa Sàli, trong phạm vi khoảng 8 mẫu ấy và được phép tha lúa đem về nuôi dưỡng cha mẹ, con cái và những con chim già yếu.

Voi chúa nuôi dưỡng voi mẹ

Thời quá khứ, Bồ Tát tiền thân của đức Phật Thích-ca sanh làm voi chúa lông trắng, có đàn tùy tùng 84.000 con voi. Voi Bồ Tát nuôi dưỡng mẹ già đui mù trong khu rừng núi Himavanta.

Về sau, Bồ Tát voi chúa từ bỏ đàn voi, dẫn voi mẹ đến chân

núi Candorana, để voi mẹ trong động gần hồ sen. Hằng ngày, Bồ Tát mang thức ăn về phụng dưỡng voi mẹ.

Khi ấy, một người thợ săn dân thành Bàrànasì bị lạc đường trong rừng sâu suốt 7 ngày, không biết đường về, đi lạc đến chỗ ở của voi chúa. Bồ Tát liền chở người này trên lưng của mình với tâm từ bi, đưa anh ta ra khỏi rừng đến địa phận của loài người mới thả xuống, rồi trở về chỗ ở của mình.

Người thợ săn vô ơn kia đi thẳng đến kinh thành xin vào yết kiến đức vua rồi tâu rằng:

- Tâu bệ hạ, kẻ tiện dân đi săn trong rừng có thấy một voi chúa lông trắng xứng đáng làm phương tiện của hoàng thượng.

Trong triều đình, bạch tượng của đức vua đã qua đời, chưa tìm ra bạch tượng khác. Khi nghe người thợ săn tâu, đức vua rất hoan hỉ, liền truyền lệnh cho người nài voi đi cùng với người thợ săn vào rừng bắt Bồ Tát voi chúa đem về nhốt trong chuồng voi. Chính đức vua đến ban những nắm cỏ ngon lành đến Bồ Tát voi chúa.

Bồ Tát voi chúa nghĩ rằng: "Không thấy voi mẹ, ta không chịu ăn."

Đức vua truyền rằng:

- Này bạch tượng chúa, xin dùng cỏ ngon này.

Đức Bồ Tát không nhận, tâu rằng:

- Tâu đại vương, tôi có bổn phận nuôi dưỡng voi mẹ già đui mù. Voi mẹ nếu không có tôi nuôi dưỡng thì không thể sống được. Nay tôi không có voi mẹ thì không cần đến thứ gì trên đời này cả. Hôm nay đã là ngày thứ 7 voi mẹ của tôi không có một món ăn nào, voi mẹ của tôi sẽ ra sao?

Lắng nghe bạch tượng chúa tâu, đức vua vô cùng cảm kích trước tấm lòng hiếu thảo, liền truyền lệnh rằng:

- Này các ngươi, hãy thả bạch tượng chúa này trở về rừng ngay bây giờ.

Đức vua lại truyền rằng:

- Xin bạch tượng chúa trở về an toàn được sum họp đoàn tụ với voi mẹ già thân yêu và tất cả thân quyến.

Bồ Tát bạch tượng chúa được giải thoát khỏi xiềng xích đôi chân, rồi thuyết pháp tế độ đức vua, dạy đức vua thực hành 10 vương pháp, trị vì đất nước bằng thiện pháp để đem lại sự an lành thịnh vượng trong nước cùng thần dân thiên hạ.

Bạch tượng khuyên đức vua rằng:

- Chớ nên buông thả, hãy cố gắng tinh tấn trong mọi thiện pháp.

Bồ Tát bạch tượng chúa được mọi người cúng dường, đi ra khỏi kinh thành Bàrànasì về gặp lại voi mẹ ngay trong ngày hôm ấy.

Đức vua có đức tin trong sạch nơi ân đức của bạch tượng chúa, truyền lệnh làm nhà gần hồ sen để cho bạch tượng chúa và voi mẹ ở, hằng ngày cho người cung cấp đồ ăn cúng dường đến Bồ Tát bạch tượng và voi mẹ.

Về sau, khi voi mẹ của Bồ Tát qua đời, đức vua truyền lệnh làm lễ hoả táng thi thể xong mới hồi cung. Đức vua truyền lệnh xây cất chỗ ở cho 500 vị đạo sĩ ở triền núi ấy, hằng ngày đức vua hộ độ 4 thứ vật dụng đến các vị đạo sĩ.

Khi Bồ Tát bạch tượng chúa qua đời, đức vua làm lễ hoả táng xong, cho tạo một tượng bằng đá giống như Bồ Tát bạch tượng chúa làm kỷ niệm để tỏ lòng biết ơn Bồ Tát; và để dân chúng toàn vùng đến thăm viếng nhớ ơn Bồ Tát.

Những người con có hiếu nghĩa, biết công ơn sinh thành dưỡng dục của cha mẹ, và biết đền ơn, biết lo phụng dưỡng cha mẹ dù là loài người hoặc loài thú, do phước thiện ấy, trong kiếp hiện tại được an lành hạnh phúc, tránh khỏi mọi tai hoạ, các bậc thiện trí đều tán dương ca tụng. Sau khi chết, kiếp vị lai do phước thiện phụng dưỡng cha mẹ ấy cho quả được tái sanh cõi thiện giới. Đó là tái sanh làm người cao quý trong cõi người, hoặc tái sanh làm chư thiên cao quý ở cõi trời Dục giới, hưởng mọi sự an lạc trên cõi trời ấy.

Ngược lại, người con nào bất hiếu, không biết ơn và không đền đáp công ơn sinh thành của cha mẹ, không biết lo phụng dưỡng cha mẹ già yếu, bệnh hoạn ốm đau, trong kiếp hiện tại người con ấy thường gặp điều bất hạnh, đau khổ, thường bị tai hoạ, các bậc thiện trí chê trách. Sau khi chết, kiếp vị lai do ác nghiệp ấy cho quả tái sanh bị sa vào một trong bốn cõi ác giới. Đó là cõi địa ngục, a-tu-la, ngạ quỷ, súc sanh, chịu khổ do ác nghiệp của mình đã tạo.

Cho nên, người con phải làm tròn bổn phận phụng dưỡng cha mẹ, người con ấy không những được sự lợi ích, sự tiến hoá, sự an lạc trong kiếp hiện tại, mà còn được sự lợi ích, sự tiến hóa, sự an lạc lâu dài trong kiếp vị lai.

Lời nguyện của người con hiếu

Đã hơn một tuần rồi, vị Thánh nữ buồn rầu ủ ê, ăn không ngon miệng, ngủ không yên giấc, vì mẹ nàng vừa từ biệt cõi đời.

Gọi nàng là Thánh nữ, bởi vì nàng là một người tu hành đoan chánh, rất hiếu thảo với cha mẹ và tử tế với mọi người. Tuy nàng thuộc dòng dõi quí tộc Bà-la-môn, song lại tu theo đạo Phật, ăn ở rất phúc hậu nên được nhân dân địa phương kính nể và mến phục mà tôn xưng là Thánh nữ.

Vị Thánh nữ thương mẹ lắm, song không phải thương vì mẹ nàng không còn ở cõi đời. Vốn là bậc tu hành chân chánh, nàng đã hiểu rõ lẽ sống chết như thế nào rồi. Đối với nàng, sự sống chết thật ra không làm cho nàng bi lụy xót xa cho lắm, nhưng nàng thương mẹ vì một lẽ khác.

Lúc còn sinh thời, mẹ nàng vốn theo ngoại đạo, tà giáo, không tin Phật pháp, không kính Tam bảo, không tin nhân quả, luân hồi, thường sát sanh hại vật, tàn ác với mọi người, nói lời không chân thật. Đã nhiều lần, nàng cố sức khuyên can, mong khai mở chánh kiến cho mẹ nhưng mẹ nàng không chịu tin theo.

Vì hiểu rõ lý luân hồi, nghiệp báo, nên nàng càng cảm thấy thương xót mẹ vô cùng. Nàng tin thế nào sau khi thác, mẹ nàng cũng bị đọa vào các đường ác như: địa ngục, ngạ quỷ và súc sanh.

Nàng nghĩ như vậy rồi, hai hàng nước mắt chan hòa, lòng đau như cắt. Bỗng nhiên đôi mắt Thánh nữ sáng ngời, trước mắt nàng hình ảnh đức Phật Giác Hoa Định Tự Tại Vương Như Lai chợt hiện ra.

- Chỉ có đức Phật mới có thể cứu được mẹ ta. Ta hãy cầu nguyện với ngài.

Sáng hôm sau, khi vầng thái dương vừa ló dạng, muôn chim ca hát vui mừng chào đón ánh bình minh, vị Thánh nữ Bà-la-môn này thức dậy. Nàng thu xếp hành trang và lễ vật, rồi khoan thai đi về phía chùa làng.

Sau khi dâng hương và lễ vật Thánh nữ ngước nhìn pho tượng đức Phật Giác Hoa Định Tự Tại Vương Như Lai oai nghi rực rỡ. Bất giác, nàng phục xuống chân ngài, trong lòng thổn thức.

Nàng tự nghĩ: "Phật là bậc đại giác, đầy đủ trí tuệ. Song là bạc phước cho ta, nên không được gặp ngài lúc còn tại thế.

Nếu lúc này ngài còn tại thế, hẳn ta có thể hỏi được xem mẹ ta bị đọa nơi nào?"

Còn đang suy nghĩ chưa dứt, bỗng một làn khói thổi mạnh, ngọn nến lung linh. Văng vẳng bên tai Thánh nữ, như có ai nói tiếng rất ngọt ngào:

- Hỡi Thánh nữ đang khóc lóc kia, hãy nín lặng và nghe đây, ta sẽ chỉ bảo cho nơi mẹ con bị đọa.

Bàng hoàng như vừa tỉnh giấc mộng, Thánh nữ ngạc nhiên hướng lên không trung và bạch rằng:

- Chẳng hay vị thần linh nào ứng hiện, mong rủ lòng thương xót mà cởi bỏ cho con tấm lòng lo âu. Từ khi mẹ con mất đến nay, ngày đêm thương xót, không biết mẹ con bị đọa vào đường ác nào?

Ở trên không lại có tiếng nói vang lên văng vẳng như tiếng chuông chiều:

- Hỡi Thánh nữ! Ta đây chính là Phật Giác Hoa Định Tự Tại Vương Như Lai mà con đang cúng dường và chiêm ngưỡng đó. Vì tấm lòng hiếu thảo của con, nên ta mới bảo cho con biết.

Thánh nữ nghe nói khôn xiết vui mừng, liền chắp tay quì lạy. Đức Phật lại phán:

- Hỡi Thánh nữ Bà-la-môn kia, sau khi cúng dường, hãy trở về tọa thiền mà niệm danh hiệu ta, thì sẽ thấy nơi mẹ con bị đọa.

Vì nóng lòng thương mẹ, Thánh nữ Bà-la-môn vội vã làm lễ tạ Phật rồi ra về. Y theo lời Phật dạy, Thánh nữ trang hoàng bàn thờ Phật và đối trước tượng Phật, nàng ngồi kiết già nghiêm chỉnh, miệng và tâm đều kính cẩn niệm danh hiệu đức Phật Giác Hoa Định Tự Tại Vương Như Lai luôn luôn không dứt.

Một bầu không khí mơ màng trong ánh sáng bỗng hiện ra, Thánh nữ Bà-la-môn ung dung tiến bước đến một bờ biển mênh mông bát ngát. Nhưng lạ thay, nước biển lại sôi lên sùng sục. Trên mặt biển, làn sóng cuồn cuộn nhấp nhô rất nhiều thú dữ hình dáng quái dị, hung ác, bay nhảy, bơi lặn tung tăng, tranh nhau xé xác hàng ngàn, hàng vạn người trôi nổi trong đó, đàn ông có, đàn bà có, tiếng rên la khóc lóc vô cùng thảm thiết: Những cảnh tượng diễn ra vô cùng tàn ác, dã man, rùng rợn, không nỡ nhìn lâu. Tuy vậy Thánh nữ chỉ thấy thương xót cho những kẻ bị thú dữ ăn thịt đó thôi, chứ lòng nàng không cảm thấy sợ hãi chút nào. Lòng Thánh nữ rất phân vân về cảnh tàn sát ghê rợn ấy, nàng định tâm nếu gặp người nào sẽ hỏi cho rõ nguyên do!

Bỗng từ đằng xa đi lại một người hình dáng kì dị, cổ quái. Tới gần Thánh nữ, người kia vội vã chắp tay vái chào mà rằng:

- Bạch Bồ Tát, chẳng hay vì duyên cớ gì mà Ngài lại tới đây?

Thánh nữ vô cùng ngạc nhiên về cách xưng hô của người kì dị kia. Nàng bèn hỏi lại:

- Chẳng hay người là ai mà gọi tôi là Bồ Tát?

Người kia mỉm cười đáp lại:

- Đệ tử là Quỷ Vương Vô Độc, cai quản nơi này nên được biết rõ: Vào được cõi này, chỉ có các bậc Bồ Tát hoặc các tội nhân mà thôi. Cứ nhìn cốt cách ung dung của ngài thì biết ngay ngài là bậc Bồ Tát mới đủ thần thông để chứng kiến những cảnh ghê gớm ở chốn này mà chẳng chút sợ hãi.

Thánh nữ suy nghĩ giây lát rồi hỏi Quỷ Vương Vô Độc:

- Vậy đây là chốn nào?

- Bạch Bồ Tát! Đây là tầng bể thứ nhất về phía tây núi Đại Thiết Vi.

- Phải chăng, trong núi Đại Thiết Vi là địa ngục?

- Thưa vâng, trong núi Đại Thiết Vi quả có địa ngục!

Thánh nữ hỏi:

- Tôi có việc muốn vào địa ngục có được chăng?

- Bạch Bồ Tát! Muốn vào địa ngục chỉ có hai cách: oai thần và nghiệp lực. Ngoài hai cách ấy thì chẳng bao giờ vào được. Hiện nay Bồ Tát đang nhờ sức niệm Phật nên có oai thần, có thể vào được, song tôi muốn hỏi Bồ Tát vào địa ngục có duyên cớ gì?

Thánh nữ nghe Quỷ Vương Vô Độc hỏi, ngậm ngùi nhớ đến mẹ và liên tưởng đến những cực hình ghê gớm trong địa ngục. Nàng đáp:

- Tôi muốn đi tìm nơi mẹ tôi bị đọa. Mẹ tôi mới thác, không biết người bị đọa đến ngã nào?

Quỷ Vương Vô Độc phân vân giây lát, rồi hỏi Thánh nữ:

- Bạch Bồ Tát! Dám hỏi mẹ ngài khi còn trên dương thế, hạnh nghiệp thế nào?

Thánh nữ gạt lệ đáp:

- Mẹ tôi vốn tin theo tà đạo, thường chê bai Tam bảo và tạo nhiều nghiệp dữ.

- Chẳng hay mẹ của Bồ Tát thuộc dòng dõi nào và tên họ là chi?

- Cha mẹ tôi đều thuộc dòng dõi Bà-la-môn. Cha tôi tên là Thi-la Thiện-kiến, mẹ tôi là Duyệt-đế-lợi.

Thánh nữ vừa dứt lời, Quỷ Vương Vô Độc vội vã chắp tay đảnh lễ Thánh nữ mà rằng:

- Bạch Bồ Tát! Xin Bồ Tát chớ bi lụy nữa và hãy hoan hỉ

trở về cho. Bà Duyệt-đế-lợi rất may mắn. Tuy bà có phạm nhiều tội ác bị đọa vào địa ngục Vô Gián, song nhờ lòng hiếu thảo của Bồ Tát, hết lòng tu phước, bố thí, cúng dường, nên được sanh lên cõi trời từ ba hôm nay rồi. Chẳng những một mình bà, mà tất cả những tội nhân trong địa ngục Vô Gián hôm ấy đều hưởng chung sự vui sướng ấy cả.

Quỷ Vương Vô Độc vừa dứt lời, Thánh nữ vui sướng quá, bất giác ra khỏi thiền định. Nàng bừng tỉnh đứng dậy, chạy trước bàn thờ Phật làm lễ và phát lời thề nguyện rất chân thành:

- Con xin nguyện rằng mãi mãi về đời sau này, nếu còn chúng sanh nào có tội khổ, con sẽ mở rộng phép phương tiện mà giải thoát cho họ, đời đời kiếp kiếp con sẽ tu theo pháp Phật, thực hành hạnh Bồ Tát để độ hết chúng sanh, và chỉ thành Phật khi nào hết thảy chúng sanh đều thành Phật.

Lời thề nguyện vang lên như tiếng sắt chạm vào nhau, cương quyết và hùng mạnh, ghi sâu vào tâm khảm vị Thánh nữ chí hiếu và dư âm còn vang dội vào tâm tư muôn triệu tín đồ của đức Phật trong nhiều thế hệ sau này.

Vị Thánh nữ nói trên là tiền thân ngài Bồ Tát Địa Tạng Vương.

Tôn giả Mục-kiền-liên

Trích Phật và Thánh chúng

của Thích Minh Tuệ

Trong mười đại đệ tử của Phật, ngài Mục-kiền-liên là vị thần thông số một. Trong mọi tình huống, ngài Mục-kiền-liên thường hay sử dụng phép thần thông. Khi đi truyền giáo ngài Mục-kiền-liên dễ dàng chinh phục được người. Nhưng pháp căn bản của sự giải thoát không phải là thần thông. Với nghiệp lực của con người, thần thông không thể giải cứu. Với phép thần thông có thể khuất phục người được dễ dàng, nhưng chưa hẳn lòng người đã dứt sự oán giận.

Dù từng bị Phật quở trách, nhưng ngài Mục-kiền-liên vẫn sử dụng phép thần thông để làm phương tiện. Ngày vua Lưu Ly kéo quân đội đến vây hãm thành Ca-tỳ-la-vệ, Mục-kiền-liên đã dùng thần thông đến cứu dòng họ Thích Ca khỏi bị bức hại, nhưng thành Ca-tỳ-la-vệ vẫn bị hỏa thiêu. Ngài Mục-kiền-liên cũng không cứu được mẹ bằng phép thần thông. Ngay chính bản thân ngài cũng không thắng được nghiệp báo để thoát chết bởi bọn ngoại đạo, khi đến truyền đạo ở thành Thất-la-phiệt.

Một hôm, trên đường đi khất thực, ngài Mục-kiền-liên dừng chân trước một nhà bán bánh ít trần, thứ bánh ngọt mà không bọc lá. Thấy bà chủ quán không đem vật thực ra cúng dường, đoán biết bà này có tâm keo kiệt, ngài Mục-kiền-liên cố tình đứng lại chờ đợi, để tạo điều kiện cho bà này gieo công đức.

Không những không cúng dường, bà còn xua đuổi tôn giả. Bà nói:

- Làm gì mà sáng sớm ông đến đứng ám nhà tôi thế? Ông có biết rằng tôi chưa bán được gì cả chăng? Xin mời ông đi mau cho để sáng sớm tôi khỏi mất hên.

Ngài Mục-kiền-liên năn nỉ:

- Xin bà cho tôi một nắm cơm, nếu không bà cho tôi một cái bánh cũng được.

Bà già nói:

- Tôi nghèo lắm ông ơi! Ông không thấy nhà tôi đang xiêu vẹo sau trận cuồng phong chưa sửa được đấy à! Còn cái bánh, tôi đã bảo bánh chưa chín mà, ông này lẩn thẩn thật.

Muốn cho bà già sinh khởi thiện tâm, ngài Mục-kiền-liên nói:

- Nếu bà không cho, tôi sẽ đứng đây hóa phép làm gió thổi suốt ngày.

Bà già vẫn không lay chuyển, nói:

- À! Thế ông biết làm phép ư? Nếu thật sự ông có thể biến hóa mà chết được, tôi sẽ cho.

Ngài Mục-kiền-liên liền rùng mình ba lần rồi lăn ra chết.

Thấy thây chết khiếp quá, nhưng vì tâm keo kiệt, bà già nói:

- Đã là xác chết còn ăn uống gì được mà cho. Giờ ông còn báo đời tôi phải chôn cất thây ma, thật đến khổ!

Ngài Mục-kiền-liên đứng dậy và nói:

- Giờ tôi là người bình thường ăn uống được, xin bà hãy đem vật thực cho tôi.

- Tôi đã bảo là tôi nghèo rớt mồng tơi mà, xin ông hãy đi gấp cho, để tôi còn lo sanh kế nữa chứ.

Ngài Mục-kiền-liên vẫn nằn nì:

- Nếu bà không cho bánh, tôi sẽ không đi khỏi đây.

Giận quá, nhưng thấy vị tỳ-kheo này biết biến hóa thần thông, bà già cũng có phần sợ sệt. Lúc ấy đang hấp bánh, bà mở vung muốn chọn một cái nhỏ nhất để cho, hầu khỏi rắc rối. Nhưng lúc này bà thấy cái bánh nào cũng lớn, cho thì thiệt hại cả vốn lẫn lời. Dù bánh đã được xoa dầu để khỏi dính nhau, nhưng bà càng xáo tìm cái bánh nhỏ nhất thì bánh càng dính chùm với nhau. Giận quá, bà khuân cả nồi để trước ngài Mục-kiền-liên và nói: "Ông hại tôi quá, làm bánh tôi dính chùm với nhau hết. Hỏng hết rồi, ông mang luôn cả nồi này về mà ăn cho thỏa."

Thấy ý cho bánh trong sự tức giận, nhưng thiện tâm của bà già đã bắt đầu nhen nhúm, ngài Mục-kiền-liên lấy một cái bánh để vào bình bát, rồi tạ từ bà già và tiếp tục lên đường.

Một lần khác, nhân đi khất thực ngang qua một khu vườn rất nên thơ, ngài Mục-kiền-liên gặp một phụ nữ tuổi trung niên rất kiều diễm xinh đẹp. Bà này đón ngài Mục-kiền-liên lại và mời vào rừng nói chuyện. Biết chuyện chẳng lành, ngài chuẩn bị nếu có bị hại vì không chiều ý bà ta thì sẽ đem sức thần thông chống trả. Ngài Mục-kiền-liên từ chối và nói:

- Bà không nên đem sắc đẹp mê hoặc tôi, con người của bà bên ngoài vui tươi, ngọt ngào nhan sắc, nhưng chắc chắn lòng bà không khác một cuộn chỉ rối. Bà đang có một tâm sự uất nghẹn nên mượn sắc đẹp sẵn có để giết thời gian, hầu quên lãng tất cả. Xin lỗi, bà chớ phiền, nhưng tôi thẳng thắn khuyên bà không nên đùa với lửa, lội vào vũng sình, nguy hiểm lắm! Càng lao vào con đường trụy lạc, tâm hồn càng thêm dơ bẩn. Trong vũng bùn, bà càng cố vẫy vùng thì càng lún sâu, khó thoát khỏi tội lỗi. Thiện tâm của bà chưa hẳn đã mất, bà nên quay hướng chưa muộn lắm đâu.

Nghe nói đúng tâm trạng của mình, bà ta giật mình khóc sùi sụt và thưa:

- Thưa tôn giả! Tôi vẫn biết thế, nhưng không có con đường nào hơn. Tôi mượn lạc thú để quên hết uẩn khúc của cuộc đời, quên quá khứ đau thương.

Ngài Mục-kiền-liên bình thản khuyên:

- Thông thường, với những điều càng cố quên thì càng nhớ, càng nhớ lại càng thấy đau, càng đau thì lòng càng căm tức, càng căm tức lại có thể phát điên khùng. Lúc đó, hết phương cứu chữa. Ở đời có hai con người mạnh nhất. Một là người không có tội lỗi, hai là người có tội lỗi mà biết ăn năn sám hối. Thân thể, quần áo dơ bẩn dùng nước giặt rửa. Nước trên sông ô uế khi vào biển cả đều được lóng trong. Tâm hồn nhiễm đầy trần cấu, Phật pháp có năng lực làm cho trong sạch, thánh thiện. Nếu biết sám hối bà sẽ hết tội, tăng phước, trở nên con người gương mẫu.

Bà ta nói:

- Nhưng tội lỗi quá nhiều, sám hối bao giờ mới hết tội? Tôi đã mượn tiền tài và sắc đẹp làm lung lạc không biết bao nhiêu người đàn ông nhẹ dạ. Tôi đã phá tan hạnh phúc của nhiều gia đình, rồi tôi cũng bị người cùng phái nguyền rủa, có lần tôi suýt phải mất mạng. Ai ai cũng đều khinh ghét tôi!

Ngài Mục-kiền-liên nói:

- Với giáo pháp của đức Phật, khi nghe bà bộc lộ tâm hồn, tôi sẽ tăng thêm từ ái, không khinh ghét bà đâu.

Nghe thế, rất yên tâm, bà kể:

- Tôi là con của trưởng giả ở thành Úc-xoa-tỷ-la, tên là Liên Hoa Sắc. Lúc lên 16 tuổi tôi lấy chồng, chẳng may cha chồng chết sớm. Mẹ chồng tôi còn xinh đẹp và dục tình còn mãnh liệt, do đó bà khuynh đảo chồng tôi phạm tội loạn luân. Quá đau buồn, tôi xin ly dị để lại cho chồng tôi một bé gái, rồi tôi đi lang thang như kẻ mất hồn. Vì buồn, tôi lại kết bạn với một chàng thương gia trẻ tuổi. Tôi ở nhà lo việc quản gia, chồng tôi lại đi đó đi đây để buôn bán. Làm ăn phát đạt, lắm tiền của lại sinh tật. Một chuyến đi buôn xa trở về, chồng tôi đem về một hầu thiếp son trẻ, cho ở nhà một người bạn hữu. Thường mượn cớ đến nhà bạn hàn huyên, chồng tôi ít ngủ ở nhà. Nghe người ngoài đồn đại, tôi nổi cơn ghen, quyết tìm cho bằng được và ăn thua đủ với con quỷ cái đã ám hại gia đình tôi. Không ngờ khi chạm mặt nhau, hầu thiếp của chồng tôi chính là con gái của tôi với người chồng trước.

Oan trái gì mà ghê thế! Mẹ chồng tôi lại đi cướp chồng của tôi. Rồi con tôi và tôi lại cùng chung một chồng. Xưng hô như thế nào cho phải đạo lý? Uẩn khúc như thế thì hỏi ai còn chịu đựng nổi?

Sau đó, không giữ được bình tĩnh, tôi lại bỏ nhà ra đi, mượn những cuộc truy hoan đó đây đùa cợt cho quên sầu. Chuyện đời của tôi quá bi thảm, tôn giả có đủ năng lực để cứu vớt tôi chăng?

Nghe tâm sự não nùng của Liên Hoa Sắc, ngài Mục-kiền-liên liền đem thuyết duyên sanh, thiện ác, nghiệp báo, nhân quả, luân hồi giảng giải cho bà ta nghe.

Khi thấy Liên Hoa Sắc có thể hồi tâm, ngài Mục-kiền-liên liền hướng dẫn bà về bái yết đức Phật. Liên Hoa Sắc hết lòng sám hối, tinh tấn tu hành, chẳng bao lâu chứng quả A-la-hán và có thần thông số một bên phái nữ. Trong khi ngài Mục-kiền-liên đã là bậc thần thông số một bên phái nam.

Trong hàng thánh chúng, ngài Mục-kiền-liên không những là vị thần thông số một, bản tánh rất năng động mà còn là một vị có hiếu đạo hơn hết. Một hôm, nhớ mẹ, Mục-kiền-liên vận dụng thần thông đi khắp mọi nơi để tìm mẹ. Khi vào địa ngục, Mục-kiền-liên thấy mẹ không chỉ ở chốn địa ngục, mà còn đói khủng khiếp, cơ thể vô cùng gầy yếu. Để phục hồi sức lực cho mẹ là bà Thanh-đề, Mục-kiền-liên mang cơm dâng cho mẹ. Mừng quá, bà Thanh-đề dùng tay trái che bát để cho tù nhân khác không thấy thức ăn, tay phải bốc cơm đưa vào miệng. Nhưng than ôi! Cơm hóa thành than đỏ, bà không thể nào ăn được. Mục-kiền-liên rơi nước mắt, lòng buồn vô tận! Ngài vận dụng đủ mọi phương tiện để cứu mẹ, nhưng vẫn không có kết quả.

Ngài trở về bạch Phật sự tình và hỏi lý do. Đức Phật từ bi dạy rằng:

- Này Mục-kiền-liên, lúc sanh tiền mẹ ông đã hủy Phật báng Tăng, không tin nhân quả luân hồi, lại rất bỏn xẻn, chẳng bao giờ bố thí cho ai, kể cả bố thí cho con kiến hạt gạo. Vì thế, sau khi chết bà phải chịu quả báo như thế. Ông tuy là con người hiếu đạo, thương cha nhớ mẹ, muốn đền đáp thâm ân, nhưng sức của ông có hạn. Dù có thần thông, một mình ông cũng không thể giải cứu nghiệp lực cho mẹ. Ông hãy đợi đến rằm tháng bảy, ngày chư tăng mãn hạ, thiết lễ Vu Lan nhờ sức chư tăng cùng chú nguyện thì mẹ ông mới thoát khỏi được cảnh địa ngục.

Theo như lời Phật dạy, ngày rằm tháng bảy, ngài Mục-kiền-liên thiết lập trai đàn dâng cúng mười phương chư tăng, và nhờ thần lực của chư tăng chú nguyện.

Quả thật như vậy, với đạo nghiệp tấn tu trong ba tháng an cư kiết hạ, nguyện lực của chư Tăng không những cứu giúp cho bà Thanh-đề mà còn nhiều người khác trong ngày đó cũng được thoát khỏi cảnh địa ngục tối tăm.

Kinh Vu Lan, lễ Vu Lan có từ đó. Tên gọi Vu Lan Bồn (Ullambana) có nghĩa là *"cứu cái khổ bị treo ngược"*, người Trung Quốc theo nghĩa ấy mà dịch là Cứu đảo huyền (救倒懸).

Vào thời đức Phật, ngài Xá-lợi-phất và ngài Mục-kiền-liên là hai cánh tay đắc lực của đức Phật. Cả hai đã làm cho ngoại đạo kính sợ. Ngài Xá-lợi-phất đã dùng trí tuệ biện tài chinh phục ngoại đạo. Còn ngài Mục-kiền-liên với dũng khí kiên cường năng động lại dùng thần thông chế phục ngoại đạo. Bởi thế, có rất nhiều người trong số ngoại đạo rất căm ghét ngài Mục-kiền-liên và luôn tìm cơ hội để bức hại.

Một hôm trên đường đi hóa độ phương xa trở về, hai ngài Xá-lợi-phất và Mục-kiền-liên bị bọn đồ đệ của Bảo-lặc-noa, thuộc phái Ni-kiền-tử (thường gọi là phái lõa hình) đem gậy gộc ra chận đường gây sự: Bọn này hỏi ngài Xá-lợi-phất: "Trong chúng chánh mạng (tiếng tự xưng của phái lõa hình) có sa-môn không?" Vốn là bậc trí tuệ, đoán biết được ý đồ của

Bảo-lặc-noa, ngài Xá-lợi-phất nói: "Chúng chánh mạng sa-môn không, chúng Thích-ca sa-môn có. Nếu A-la-hán còn tham ái là không có kẻ ngu si." Không hiểu ý, tưởng đó là lời khen mình, họ để cho ngài Xá-lợi-phất đi.

Bọn lõa hình lại hỏi ngài Mục-kiền-liên giống như vậy. Với giọng đanh thép, ngài Mục-kiền-liên đáp: "Trong chúng của các ông làm gì có sa-môn." Cho là giọng trịch thượng, bọn lõa hình tức giận, vác gậy gộc đánh Mục Kiền Liền. Không chịu nổi trận đòn, Mục-kiền-liên bất tỉnh, tưởng là địch thủ đã chết, bọn lõa hình bỏ đi. Ngài Xá-lợi-phất trở lại tìm xem bạn như thế nào. Thấy Mục-kiền-liên bất tỉnh thân thể tím bầm, máu ra lai láng, ngài Xá-lợi-phất lấy cà sa làm võng đưa ngài Mục-kiền-liên về tinh xá. Đại chúng hỏi ngài Mục-kiền-liên:

- Tôn giả là bậc có thần thông, sao lại chịu thua thiệt đến thế?

Ngài Mục-kiền-liên đáp:

- Khi nghiệp lực đến, chỉ một chữ thần còn chưa thể được, huống là phát thông.

Nói xong, tôn giả nhập Niết-bàn. Khi nghe tin ngài Mục-kiền-liên bị ám hại, vua A-xà-thế phẫn nộ hạ lịnh truy nã bọn lõa hình. Khi có tên nào bị bắt, nhà vua cho xử bằng cách ném sống vào hầm lửa.

Sau khi hỏa táng ngài Mục-kiền-liên, ngài Xá-lợi-phất, Mã Túc và Mãn Túc đã đem hài cốt của Mục-kiền-liên về trình Phật. Phật tập họp chúng Tỳ-kheo lại và dạy:

- Này các vị tỳ-kheo! Hãy chiêm ngưỡng hài cốt của Mục-kiền-liên. Đã mang sắc thân, chắc chắn còn có nghiệp phải trả. Nhục thể phải chịu vô thường. Do đó, sinh tử, trả nghiệp là chuyện thường tình. Không có gì phải hoang mang lo sợ. Khi xả báo thân con người nên giữ tâm hồn không mê muội, oán thù, sân hận. Trong các nghiệp, nghiệp khi sắp chết là nghiệp nặng nhất. Mục-kiền-liên vì tuyên dương giáo pháp mà tử nạn, đó là một vinh dự đáng cho tất cả noi gương.

Nước mắt mẹ hiền

Nắng chiều trải vàng trên căn nhà mới dựng ở bãi biển thành Ba-la-nại. Đó là nhà của một người lái buôn giàu có. Hơn mười năm nay, anh ta đã bao lần lênh đênh trên biển cả, tìm đến những bến bờ xa lạ của các nước Ả Rập, tiếp xúc với nhiều dân tộc hiền lành cũng như hung dữ. Sau mỗi chuyến đi anh ta được lãi rất nhiều. Rồi anh trở thành một trong những người nhiều của cải nhất.

Vợ anh là một người đảm đang. Mắt nàng luôn ẩn chứa vẻ lo buồn. Và ngày về của chồng với bao món đồ quí giá vẫn không làm cho nàng vui lên, vì cái viễn ảnh của ngày ra đi, của cuộc chia ly sắp đến.

Hai vợ chồng sanh được một đứa con trai. Nàng đặt cho nó cái tên thật dài là Métracanyaca. Đứa bé đem lại cho nàng những nỗi khuây khỏa trong lúc xa chồng.

Métracanyaca đã lên sáu. Một đêm về mùa đông, nàng thao thức không ngủ được vì sắp đến ngày cha của Métracanyaca về. Đến gần sáng, trời bỗng trở gió. Gió càng lúc càng mạnh. Tiếng gió bể ầm ầm. Những nỗi lo ngại như nhiều lần trước trỗi dậy. Mãi đến chiều đoàn thuyền vẫn chưa thấy về. Người ta ra bãi ngóng trông.

Đến gần tối, một chiếc thuyền buồm xuất hiện. Trong số hàng chục chiếc ra đi chỉ có một chiếc trở về, và chiếc đó không phải là thuyền của chồng nàng. Người ta báo cho nàng cái tin hung dữ. Thuyền của chồng nàng bị đánh đắm. Nàng ngất đi, sự đau đớn lớn lao nhất của đời nàng ghi mãi nét buồn trên gương mặt. Và tất cả hi vọng còn lại nàng dồn cả vào cuộc đời của Métracanyaca.

Métra lớn lên khoẻ mạnh hơn người. Mắt cậu ta long lanh đen nháy, luôn luôn nhìn thẳng ra xa mơ ước một cuộc đời phiêu bạc. Nàng đã đoán trước được điều ấy nên tìm hết cách khuyên bảo con. Đôi lúc Métra hỏi mẹ: "Mẹ ơi! Cha con thuở trước làm nghề gì?". Câu hỏi đó đã làm nàng nhiều đêm không ngủ yên. Nàng thấy lại nỗi đau xót của mình trong buổi chiều đông năm xưa. Nàng nói dối con: "Cha con ngày trước làm nghề đi buôn trong nước." Métra liền nuôi mộng đi buôn trong nước.

Năm năm sau, Métra trở thành một thanh niên cứng cỏi và đi buôn trong nước. Trong chuyến buôn đầu tiên, Métra lời được bốn đồng. Đó là một thành công lớn đối với kẻ còn thiếu kinh nghiệm như anh ta. Anh ta mang cả bốn đồng về cho mẹ và đề nghị mẹ cúng dường, giúp đỡ các vị sa-môn, Bà-la-môn, những người nghèo khổ và hành khất. Người mẹ tưởng rằng con trai mình đã an phận và thích việc buôn bán ấy rồi.

Nhưng một hôm Métra trở về vẻ mặt buồn rười rượi. Anh ta muốn đổi nghề vì nghe người ta nói cha anh ngày trước làm nghề bán dầu thơm. Người mẹ đành chiều ý anh ta. Ngày hôm sau Métra mở một hàng quán trong thành phố. Lần này khá hơn lần trước, anh ta lãi được tám đồng. Nhưng cái nghề bán dầu thơm tầm thường nọ không làm anh ta hứng thú chút nào. Lại có người bảo cha anh ta trước kia làm nghề bán nữ trang. Thế là anh ta mang tám đồng về cho mẹ với ý định bỏ nghề bán dầu thơm.

Métra chuyển sang nghề bán nữ trang. Anh buôn bán thuận lợi và cạnh tranh được với những tiệm vàng lớn trong thành phố. Tháng đầu tiên anh lãi được mười sáu đồng.

Tháng tiếp theo được ba mươi hai đồng. Thật là những món tiền to lớn. Métra mang về cho mẹ và cũng yêu cầu mẹ làm các việc công đức như những lần trước. Nhưng nghề này giữ chân Métra một chỗ và anh ta thấy bực bội. Sự hoạt động của anh ta bị bó hẹp, tầm mắt bị giới hạn. Rồi có một chủ tiệm vàng đến nói với hắn: "Sao anh không làm nghề đi biển như thân phụ anh ngày trước mà lại đi làm nghề buôn bán nữ trang hèn mọn tù túng này."

Métra bị kích thích đúng chỗ. Vậy là ngay hôm sau, Métra bán tất cả cửa hiệu nữ trang để được một số vốn lớn. Bể khơi với sóng gió ngàn trùng, với các bến bờ xa lạ kêu gọi anh ta. Anh ta đã nhất quyết rồi, liền về nói với mẹ: "Thưa mẹ có phải cha con trước kia làm nghề đi biển không? Xin mẹ cho con nối nghiệp cha đi buôn ngoài biển cả."

Người mẹ sửng sốt. Bà đã cảm thấy trước điều mong muốn của con. Bà đã để ý đến cái nhìn đăm đăm của nó ra tận bể khơi như cố tìm đến bên kia bờ đại dương. Bà đã để ý con say sưa thèm thuồng cuộc đời của những thủy thủ trên các thuyền buồm từ xa đến. Bà cũng muốn cho con thỏa nguyện, nhưng hình ảnh cuộc ra đi không ngày về của người cha Métra ngày nào đã thúc giục bà phải tìm mọi cách ngăn cản con: "Phải, Métra ạ! Cha con trước đây làm nghề đi biển, nhưng đã gặp nạn chết ngoài bể khơi. Mẹ đã đau khổ lắm rồi. Nay mẹ chỉ có mình con, con nỡ nào bỏ mẹ đi ra góc bể chân trời. Mẹ sẽ khô héo mà chết mất."

Métra tuy cảm động nhưng lòng chàng đã quyết. Chiều hôm ấy, anh cho người đánh chuông rao khắp kinh thành Ba-la-nại: "Hỡi các thương gia đáng tôn kính! Métra sắp đi buôn xa, vậy ai muốn đưa hàng ra hải ngoại thì cứ đi chung với người".

Người mẹ Métra khuyên can rất nhiều, nhưng anh ta vẫn không đổi ý định. Đến ngày ra đi, có năm trăm lái buôn cùng đi chuyến này với anh ta. Bà mẹ quá thương con, nhớ cảnh ra đi giống hệt như cảnh ra đi của người cha ngày trước làm bà vô cùng đau xót. Bà ngã nhào xuống ôm lấy chân con mà khóc. Mọi người đều cảm động, Métra ngồi xuống một lát, nhưng rồi anh ta đứng dậy, rút mạnh chân ra và dứt khoát bước qua đầu người mẹ để đi thẳng xuống thuyền không ngoái nhìn lại. Người mẹ chậm chạp ngồi dậy và nói qua làn nước mắt: "Con ơi! Mẹ cầu cho con tai qua nạn khỏi. Mẹ cầu cho con không phải bị quả báo vì đã bước ngang qua đầu mẹ, con ơi!"

Đoàn thuyền vượt sóng đã ba ngày dài, đến ngày thứ tư bầu trời bỗng nhiên thay đổi đột ngột rồi nổi gió mạnh. Gió cuộn từng hồi báo trước một cơn bão lớn. Mọi người lo ngại và cố sức chống chọi. Nhưng chuyện phải đến đã đến. Cơn bão to đánh tan cả đoàn thuyền.

Métra bám trên một tấm ván và may mắn trôi dạt vào một bờ biển xa lạ. Anh ta dần dần hồi tỉnh lại và đi đến một thành phố. Đây là thành Ramana. Anh chàng thanh niên của kinh thành Ba-la-nại được người ta niềm nở tiếp đón. Có bốn nàng tiên đẹp đã đến chào anh, trước ngực mỗi nàng đều lấp lánh một đồng tiền vàng giống như đồng tiền vàng anh đã mang về cho mẹ ngày trước. Các nàng tiên nói với anh: "Chào chàng Métra, đây là đền đài của các em. Đây là tất cả sự khoái lạc ở đời. Chàng vào đây chung vui với chúng em." Métra nhận lời. Anh ta sống đầy đủ về mặt vật chất nhờ những phước đức đã làm ngày trước, nhưng hình như có một nguyên do vô hình thúc đẩy anh ra đi tìm xuống phía nam.

Anh đến thành Sadamaham. Có tám nàng tiên trẻ đẹp đến chào đón. Trước ngực mỗi nàng lấp lánh một đồng tiền vàng giống như đồng tiền vàng anh đã mang về cho mẹ ngày trước. Các nàng tiên cũng nói với anh ta những lời dịu dàng như những nàng trước. Anh cũng nhận lời ở lại đây và cũng được sống đầy đủ về vật chất nhờ những phước đức đã làm ngày trước. Nhưng rồi sau anh lại ra đi, tiếp tục tìm xuống phía nam.

Métra đến thành Nandana. Mười sáu nàng tiên xinh đẹp lại đến chào đón. Trước ngực mỗi nàng cũng lấp lánh một đồng tiền vàng giống như đồng tiền vàng anh đã mang về cho mẹ ngày trước. Các nàng dịu dàng mời anh ta ở lại và chăm sóc như những nàng tiên trước đó. Métra đã sống đầy đủ về vật chất nhờ những phước đức đã làm ngày trước. Nhưng rồi anh cũng lại ra đi về phía nam.

Métra đến thành Brahmottora. Ba mươi hai nàng tiên xinh đẹp chào đón anh ta. Trước ngực mỗi nàng lấp lánh một đồng tiền vàng giống như đồng tiền vàng anh đã mang về cho mẹ ngày trước. Anh được mời ở lại hưởng khoái lạc trong thành.

Đến đây, nhiều điều đã làm cho Métra suy nghĩ. Tại sao một kẻ có tội với mẹ như anh ta lại được hưởng những điều sung sướng như đã qua? Phải chăng đó là do ngày trước anh đã mang về những món tiền bốn đồng, tám đồng, mười sáu đồng, và ba mươi hai đồng cho mẹ để làm những việc thiện cao quý? Nhưng sự sung sướng được hưởng đối với anh ta đã quá nhiều rồi. Anh cảm thấy không thể ở lại đây được nữa. Métra lại muốn ra đi xuống phía nam, mặc dù các nàng tiên hết sức khuyên can.

Lần này Métra đi thật xa. Anh đến một bức thành bằng sắt. Khi anh đi vào thành thì cửa thành đóng lại. Anh vẫn cứ đi và không mấy chốc thì gặp một người to lớn, trên đầu đội một vành sắt cháy đỏ, lửa phun hừng hực. Máu mủ trên đầu người ấy chảy tràn xuống miệng, người ấy liếm hết tất cả. Métra đến gần và hỏi:

- Ông là ai? Tại sao lại bị hình phạt đau đớn khổ sở như thế này?

Người ấy nén đau xót, ngẩng nhìn Métra một lát rồi trả lời:

- Tôi là người đã làm cho mẹ tôi đau khổ, nên tôi phải gánh lấy quả báo như thế này. Tôi sẽ chịu quả báo này mãi cho đến khi có một người khác đã tạo nghiệp ác làm mẹ đau khổ đi ngang qua đây và thay thế cho tôi.

Hành động tội lỗi đã làm với người mẹ hiện lên rõ ràng trong tâm trí của Métra. Anh ta đã bước ngang qua đầu mẹ. Đứa con bất hiếu đó đang đứng đây và đáng nhận những hình phạt nặng nề nhất. Métra vừa nghĩ như thế thì vành lửa nóng đã bay sang chụp lên đầu chàng. Métra nhìn người kia, bây giờ đã khỏe mạnh, vết thương trên đầu đã lành hẳn. Métra hỏi:

- Tôi phải chịu vòng lửa này trong bao lâu?

Người kia đáp:

- Anh phải chịu hình phạt này đời đời kiếp kiếp, cho đến khi có người phạm tội đã làm mẹ đau khổ như anh đến thay thế.

Métra cảm thấy đau đớn vô cùng. Lửa cháy từng mảnh thịt, mặt như bị cắt xé ra từng mảnh, từng đường gân máu và tê liệt từng chỗ. Tuy vậy Métra vẫn bằng lòng với hình phạt mình đã chịu. Chàng nghĩ rằng: "Lại sẽ có người phạm tội với mẹ để đến chịu thay ta sao? Không nên như thế! Nguyện cho đừng có ai sanh tâm làm mẹ mình đau khổ, đừng ai làm cho nước mắt mẹ phải tuôn chảy vì mình."

Rồi Métracanyana phát lời nguyện rằng: "Tôi xin nguyện đội vành sắt nóng này mãi mãi, xin chịu nỗi đau khổ này thay cho tất cả chúng sanh."

Lời phát nguyện của Métracanyaca chứa chan tình yêu thương rộng lớn vô cùng. Lời phát nguyện chân thành ấy ngay lập tức đã giải thoát Métra khỏi vòng tội lỗi, và vòng lửa bỗng rời khỏi đầu Métra bay lên hư không trả lại cho Métra đời sống an lành.

Hòa thượng Cua

Ngày xưa, ở miền Bắc nước ta có một chú bé mồ côi cha sống với mẹ tại một miền quê hẻo lánh. Năm chú được 12 tuổi, bà mẹ vẫn còn buôn bán tảo tần nuôi con. Một hôm, trước khi mang hàng ra chợ bán, bà mẹ trao cho con một giỏ cua đồng, bảo giã ra nấu canh làm cơm trưa. Chú bé y lời mẹ dặn mang giỏ cua ra làm. Bất ngờ, vừa sắp giáng chày đập con cua đầu tiên, thấy con vật quýnh quáng, quờ quạng tìm đường sống, chú bé chợt động lòng bi mẫn, không nỡ tiếp tục, liền đem giỏ cua ra trút hết xuống ruộng.

Tan chợ, bà mẹ mang hàng về. Nhìn mâm cơm đạm bạc, bà ngạc nhiên hỏi:

- Thế, món canh cua đâu?

Chú bé ấp úng:

- Khi sáng con mang cua ra làm, thấy chúng nó khóc, con thương quá, nên thả hết rồi mẹ ạ!

Vừa đói, vừa giận, bà mẹ vơ lấy cây đũa bếp, gõ cho con một cái, chú bé hoảng sợ co giò chạy ra khỏi nhà. Chú đi, đi mãi và xa mẹ từ đó.

Ba mươi năm qua, bà mẹ đã già nua, vẫn bán hàng từng buổi chợ để mưu sinh. Một hôm đang buổi chợ, bà gặp một vị tăng trung niên, ghé qua hàng hỏi thăm gia thế và đề nghị giúp đỡ bà bằng cách đem về chùa nuôi dưỡng. Bà cụ nhận lời và vào chùa làm công quả từ đó.

Ngày tháng dần qua, đã đến lúc bà cụ từ giã cõi đời. Hòa thượng trụ trì, tức vị tăng đã mang bà vào chùa dạo trước, có việc phải đi giáo hóa phương xa. Trước khi đi, ngài dặn các môn đệ rằng nếu bà cụ mất thì chư tăng cứ tẩn liệm nhưng đừng mai táng, mà phải đợi ngài về. Mọi người đều y lời.

Bà lão mất được một hôm thì hòa thượng trở về. Đứng trước quan tài bà lão, hòa thượng thắp hương khấn vái rằng:

- Trong kinh Phật có dạy, một người con tu hành đạt đạo, cha mẹ sẽ được sinh thiên. Nếu lời nói ấy xác thật thì xin cho chiếc quan tài này bay bổng lên và vỡ làm ba mảnh.

Hòa thượng vừa dứt lời, chiếc quan tài đựng thân xác bà cụ từ từ bay lên, bỗng hạ xuống vỡ làm ba mảnh. Trước sự kinh ngạc của toàn thể hội chúng, hoà thượng bèn thuật lại thân thế của mình. Chẳng phải ai đâu xa lạ, mà chính là chú bé thả cua dạo nọ. Từ đó, người ta gọi ngài là Hòa thượng Cua, và cũng theo lời truyền tụng, ba mảnh vỡ của chiếc quan tài hiện vẫn còn được lưu giữ tại một ngôi chùa Bắc Việt để mọi người ghi nhớ câu chuyện lạ lùng và cảm động về Hoà Thượng Cua và vị thân mẫu sinh ra ngài.

Các thiền sư và những người mẹ

Thiền sư Shoun

Shoun đã trở thành một thiền sư của phái Soto, Nhật Bản. Cha ngài qua đời khi ngài còn là một thiền sinh và ngài phải chăm nom một mẹ già. Mỗi khi đến thiền đường ngài đều đưa mẹ theo. Vì mẹ ngài luôn ở bên cạnh, cho nên khi viếng các tự viện, ngài không thể ngụ cùng chư tăng. Ngài dựng một thảo am kế cận để được săn sóc cho mẹ. Ngài thường chép kinh kệ để sinh sống.

Ngài Shoun thường vào chợ mua cá cho mẹ ăn, người ở chợ đều mỉa mai vì nghĩ rằng ngài phạm giới, nhưng ngài bỏ ngoài tai. Tuy vậy, mẹ ngài lại đau lòng khi thấy mọi người đàm tiếu con mình. Một hôm, bà bảo ngài Shoun: "Mẹ nghĩ là mẹ có thể trở thành ni cô và ăn chay được." Bà liền thực hành ăn chay và tu học.

Ngài Shoun rất thích âm nhạc và đã từng là bậc thầy về đàn tranh. Mẹ ngài cũng biết chơi đàn tranh. Có những đêm trăng tròn, hai mẹ con cùng hòa đàn với nhau.

Một đêm, có người con gái đi ngang qua nghe được tiếng đàn, liền mời ngài đến nhà nàng đánh đàn vào đêm sau. Ngài nhận lời. Vài hôm sau, ngài gặp cô gái ngoài phố và cám ơn nàng về lòng hiếu khách. Mọi người đều cười chế nhạo, vì người thiếu nữ đó là một cô gái giang hồ.

Một ngày kia, ngài Shoun phải đi thuyết pháp ở một ngôi chùa xa. Vài tháng sau, ngài trở về và được tin mẹ vừa mất. Người ta không biết ngài ở đâu để báo tin, nên đã tiến hành tang lễ.

Về đến nơi, ngài Shoun bước đến dùng gậy gõ lên quan tài và nói:

- Mẹ ơi, con đã về đây!

Rồi ngài tự trả lời:

- Con ạ, mẹ vui lắm khi thấy con trở về.

Và ngài tiếp tục:

- Vâng, con cũng vui lắm.

Rồi ngài tuyên bố cùng mọi người: "Tang lễ đã hoàn tất. Xin chôn cất tử tế."

Khi ngài Shoun về già, ngài biết không còn sống được bao lâu, liền gọi môn đồ đến vào một buổi sáng rồi bảo rằng ngài sẽ viên tịch vào buổi trưa. Sau khi đốt hương trước di ảnh của mẹ và sư phụ, ngài viết một bài kệ:

Ta đã cố sống cho trọn vẹn
trong năm mươi sáu năm,
Rong ruổi trên đời.
Bây giờ mưa đã tạnh và mây đang tan,
Có gương trăng tròn trên bầu trời xanh.

Môn đệ của ngài vây quanh tụng kinh, và ngài Shoun ra đi trong tiếng kinh cầu.

Thiền sư Ikkyu và chúc thư của mẹ

Ikkyu, vị thiền sư danh tiếng thời Ashikaga ở Nhật, vốn là một hoàng tử. Khi ngài còn bé, mẹ ngài đã rời khỏi hoàng cung để theo học thiền trong một tự viện. Cũng vì thế mà hoàng tử Ikkyu trở thành thiền sinh. Khi mẹ ngài qua đời, có để lại cho ngài một bức thư nội dung như sau:

Gởi Ikkyu,

Mẹ vừa hoàn tất nghiệp quả trong đời này và trở về với cõi vô cùng. Mẹ chúc con trở thành một thiền sinh giỏi và nhận ra Phật tánh của mình. Nhờ vậy con mới biết được rằng mẹ có sa vào địa ngục hay không, và có luôn được gần con hay không.

Nếu con trở thành một kẻ hiểu được rằng đức Phật và đệ tử của Ngài là Bồ-đề Đạt-ma đều là những tôi tớ của chính con, con nên ngừng chuyện nghiên cứu học hỏi mà nên làm việc cứu nhân độ thế. Đức Phật đã thuyết pháp trong bốn mươi chín năm mà vẫn thấy không cần thiết nói lên một lời. Con phải biết vì sao. Nhưng nếu con không được như vậy, ít ra cũng nên tránh suy nghĩ những điều vô ích.

Mẹ của con.
Không sinh, không tử.

Ngày đầu tháng chín.

Tái bút:

Giáo pháp của Đức Phật là cốt để giác ngộ kẻ khác. Nếu con bị lệ thuộc vào những phương cách, thì con chẳng qua chỉ là một loại côn trùng ngu muội. Có đến tám vạn kinh điển Phật giáo và nếu con phải đọc cho hết mà vẫn không nhận ra Phật tính của con, con sẽ không hiểu được gì cả, ngay cả lá thư này. Đây là di chúc của mẹ.

Thiền sư Jiun với lời mẹ dạy

Jiun, một vị Thiền sư phái Shingon, vốn là một học giả Phạn ngữ thời Tokugawa ở Nhật. Lúc còn là thiền sinh, ngài hay thuyết giảng cho các đồng môn.

Khi hay tin, mẹ ngài liền viết cho ngài một lá thư nói rằng:

"Con ạ, mẹ không tin rằng khi con hiến mình vào cửa Phật là cốt để trở thành một cuốn tự điển sống. Biện bác sành sỏi, vẻ vang và tự mãn chẳng đi đến đâu. Mẹ muốn con hãy dẹp cái trò lên lớp đó đi. Hãy dọn mình tĩnh tu trong một tịnh thất ở chốn thâm sơn cùng cốc. Dành mọi thời gian cho việc thiền quán, may ra con mới ngộ được chánh đạo."

Người con hiếu cứu mẹ

Trích Soạn tập bách duyên kinh
- Nguyễn Minh Tiến Việt dịch

Lúc ấy, Phật ở thành Vương-xá, trong tinh xá Trúc Lâm. Trong thành có một vị trưởng giả giàu có vô cùng, lại chọn được người vợ cũng thuộc dòng cao sang quyền quý.

Khi ấy, người vợ mang thai đủ ngày tháng sanh được một đứa con trai, hình dung xinh đẹp, khôi ngô ít có. Cha mẹ đều vui vẻ, nhân đó mới đặt tên là *Ưu-đa-la*.[1]

Dần dần khôn lớn, không may người cha mất sớm. *Ưu-đa-la* khi ấy suy nghĩ rằng: "Cha ta trước đây chuyên đường buôn bán kiếm lãi, nhờ đó mà dựng thành gia nghiệp. Ta nay không nên đi theo đường ấy, mà nên kính tin Phật pháp." Nghĩ vậy rồi liền thưa với mẹ xin được xuất gia tu học.

Người mẹ đáp rằng: "Cha con đã chết, nay ta chỉ còn có mỗi một mình con, sao nay con lại muốn bỏ ta mà ra đi xuất gia. Ta còn sống đây ngày nào, quyết không thuận cho con xuất gia. Mai sau ta có chết rồi, thì con tùy ý."

Ưu-đa-la không thỏa ý nguyện, liền nói với mẹ: "Nếu mẹ không cho con xuất gia, con sẽ dùng thuốc độc tự vẫn."

Mẹ khuyên dỗ rằng: "Con đừng nói vậy. Mẹ nghĩ con không cần phải xuất gia nhập đạo. Từ nay về sau nếu con muốn thỉnh các vị *sa-môn*, *bà-la-môn* đến cúng dường, ta đều chiều ý."

Ưu-đa-la nghe vậy cũng nguôi ngoai. Từ đó thường thỉnh các vị *tỳ-kheo* tăng về nhà cúng dường.

Người mẹ thấy các vị *tỳ-kheo* thường đến nhà thọ nhận cúng dường nhiều lần, sinh lòng tham tiếc, không vui. Lâu dần bà buông ra nhiều lời nhục mạ, xúc xiểm các vị.

Có lần *Ưu-đa-la* đi vắng chẳng có nhà, bà mẹ liền lấy một ít thức ăn đổ cho rơi vãi trên mặt đất. *Ưu-đa-la* trở về, bà mẹ lại nói rằng: "Khi con đi chẳng có nhà, mẹ có thỉnh các vị *tỳ-kheo* đến nhà cúng dường đầy đủ các món ăn ngon lạ." Nói rồi dẫn *Ưu-đa-la* đến chỗ thức ăn đổ mà chỉ cho xem, nói: "Con xem, thức ăn thừa rơi vãi cũng vẫn còn đó." *Ưu-đa-la*

---

[1] Tiếng Phạn là Ultara.

nghe và thấy như vậy thì tin là thật và lấy làm vui mừng, hoan hỷ.

Đến khi người mẹ mạng chung, do tạo ác nghiệp như thế mà phải đọa làm thân ngạ quỷ. Còn *Ưu-đa-la* không còn vướng bận gia đình liền xuất gia nhập đạo, tinh cần tu tập, đắc quả *A-La-hán*. Ngày kia, khi đang ngồi thiền trong một hang động nơi bờ sông, có một ngạ quỷ miệng phun ra lửa, thân thể nóng khát, hiện đến nơi ấy mà nói rằng: "Ta là mẹ của con đây."

Tỳ-kheo Ưu-đa-la lấy làm kinh quái, nói rằng: "Mẹ ta sanh tiền thường làm việc bố thí, cúng dường *tỳ-kheo* tăng, làm sao có thể thọ quả báo làm thân ngạ quỷ được?"

Ngạ quỷ đáp rằng: "Quả thật là mẹ đây. Ngày xưa mẹ tham lam, bủn xỉn, chưa từng thật lòng cúng dường *tỳ-kheo* tăng, chỉ dối gạt con đó thôi. Chính vì vậy mà phải sinh làm thân ngạ quỷ, đã 20 năm nay chưa từng được món ăn thức uống gì vào miệng. Khi đến bờ sông, nước sông liền khô kiệt; gặp quả trên cây, cây với quả đều khô chết. Mẹ nay đói khát, khổ sở vô cùng, chẳng thể dùng lời mà nói ra cho hết được."

Tỳ-kheo Ưu-đa-la lại hỏi: "Nguyên do thật sự là thế nào?" Ngạ quỷ đáp: "Tuy mẹ có vì con mà làm việc bố thí, nhưng trong tâm tham lam, keo kiệt, thường tiếc rẻ những thứ mang ra cúng dường. Vì thế mà chẳng có lòng cung kính đối với các vị *tỳ-kheo* tăng, lại nhiều lần nặng lời mạ nhục, xúc phạm. Nay nếu con vì mẹ mà thiết lễ cúng dường Phật và chư tăng, vì mẹ mà sám hối các ác nghiệp, thì mẹ có thể nhờ đó mà thoát được thân ngạ quỷ này."

Ưu-đa-la khi ấy hết lòng thương mẹ, liền đi quyên góp vật thực khắp nơi trong thành, thiết lễ cúng dường thỉnh Phật và chư tăng đến thọ nhận. Lễ cúng dường xong, ngạ quỷ liền hiện thân đến giữa chúng hội mà sám hối các ác nghiệp.

Đức Thế Tôn khi ấy vì ngạ quỷ mà khai diễn thuyết pháp. Nghe Phật thuyết pháp rồi, ngạ quỷ tự thấy xấu hổ vì những nghiệp ác đã tạo, ngay trong đêm đó mạng chung, lại sinh làm loài ngạ quỷ phi hành.[1]

Khi ấy, ngạ quỷ phi hành hiện hào quang quanh thân, có đủ các món trang sức quý báu, đẹp đẽ, đến chỗ *Ưu-đa-la* mà nói rằng: "Mẹ nay vẫn chưa thoát được thân ngạ quỷ. Con nên vì mẹ thiết lễ cúng dường tăng chúng khắp bốn phương, mẹ có thể nhờ đó mà thoát thân ngạ quỷ."

Ưu-đa-la nghe vậy rồi, lại một lần nữa quyên góp vật thực nhiều nơi, thiết lễ cúng dường thỉnh chư tăng bốn phương cùng thọ nhận. Lễ cúng dường xong, ngạ quỷ phi hành liền hiện đến trước chúng hội, sám hối các ác nghiệp đã tạo. Ngay trong đêm đó liền mạng chung, sinh lên cõi trời *Đao-lỵ*.

Khi ấy, vị thiên chúng mới sinh lên cõi trời ấy liền tự hỏi: "Ta đã tạo được phước đức gì mà nay được sinh lên cõi trời này?" Rồi tự quán sát, nhớ lại việc *tỳ-kheo Ưu-đa-la* vì mình hai lần thiết hội cúng dường Phật và chư tăng, nhờ đó mà được thoát thân ngạ quỷ, sinh lên cõi trời. Nhớ lại rồi, liền tự nghĩ rằng: "Nay ta nên đến đó báo ơn Phật và *tỳ-kheo Ưu-đa-la*."

Nghĩ rồi, liền hiện thân trang nghiêm đẹp đẽ của chư thiên, mang theo những hoa hương, trân bảo ở cõi trời, hiện đến chỗ Phật và *tỳ-kheo Ưu-đa-la* mà cúng dường. Lễ cúng dường xong, liền ngồi lại một bên nghe Phật thuyết pháp. Nghe rồi được khai mở tâm ý, chứng quả *Tu-đà-hoàn*, liền lễ bái Phật rồi quay về cõi trời.

---

[1] Ngạ quỷ phi hành: loài ngạ quỷ có thể đi lại trên không, cũng có hình thể xinh đẹp như chư thiên cõi trời, nhưng không đủ phước đức nên vẫn thường phải chịu đói khát.

Ba hạng con

Trong kinh Puttasutta,[1] đức Phật dạy:

- Này chư tỳ-kheo, có 3 hạng con trong đời này:

1. Con hơn cha mẹ (Atijàtaputta).
2. Con như cha mẹ (Anujàtaputta).
3. Con kém cha mẹ (Avajàtaputta).

Thế nào gọi là con hơn cha mẹ?

Này chư tỳ-kheo, cha mẹ ở trong đời này là người không có quy y, nương theo nơi Phật, nơi Pháp, nơi Tăng; không tránh xa sự sát sanh, sự trộm cắp, sự tà dâm, sự nói dối, sự uống rượu và các chất say là nhân sanh ra sự buông thả. Cha mẹ là người không có đức tin nơi Tam bảo, không có tam quy, không có ngũ giới, thường tạo mọi ác pháp.

Còn người con của cha mẹ ấy là người đã có quy y, nương theo nơi Phật, nơi Pháp, nơi Tăng; thường tránh xa sự sát sanh, sự trộm cắp, sự tà dâm, sự nói dối, sự uống rượu và các chất say là nhân sanh ra sự buông thả. Người con là người có đức tin trong sạch nơi Tam bảo, có tam quy, có ngũ giới trong sạch, thường tạo mọi thiện pháp.

Này chư tỳ-kheo, như vậy gọi là con hơn cha mẹ.

Thế nào gọi là con như cha mẹ?

Này chư tỳ-kheo, cha mẹ ở trong đời này là người đã có quy y, nương theo nơi Phật, nơi Pháp, nơi Tăng; tránh xa sự sát sanh, sự trộm cắp, sự tà dâm, sự nói dối, sự uống rượu và các chất say là nhân sanh ra sự buông thả. Cha mẹ là người có đức tin trong sạch nơi Tam bảo, có tam quy, có ngũ giới trong sạch, thường tạo mọi thiện pháp.

---

[1] Itivuttaka, kinh Puttasutta.

Còn người con của cha mẹ ấy cũng là người đã có quy y, nương theo nơi Phật, nơi Pháp, nơi Tăng; thường tránh xa sự sát sanh, sự trộm cắp, sự tà dâm, sự nói dối, sự uống rượu và các chất say là nhân sanh ra sự buông thả. Người con là người có đức tin trong sạch nơi Tam bảo, có tam quy, có ngũ giới trong sạch, thường tạo mọi thiện pháp.

Này chư tỳ-kheo, như vậy gọi là con như cha mẹ.

Thế nào gọi là con kém cha mẹ?

Này chư tỳ-kheo, cha mẹ ở trong đời này là người đã có quy y, nương theo nơi Phật, nơi Pháp, nơi Tăng; tránh xa sự sát sanh, sự trộm cắp, sự tà dâm, sự nói dối, sự uống rượu và các chất say là nhân sanh ra sự buông thả. Cha mẹ là người có đức tin trong sạch nơi Tam bảo, có tam quy, có ngũ giới trong sạch, thường tạo mọi thiện pháp.

Còn người con của cha mẹ ấy là người không có quy y, không nương theo nơi Phật, nơi Pháp, nơi Tăng; không tránh xa sự sát sanh, sự trộm cắp, sự tà dâm, sự nói dối, sự uống rượu và các chất say là nhân sanh ra sự buông thả. Người con là người không có đức tin nơi Tam bảo, không có tam quy, không có ngũ giới trong sạch, thường tạo mọi ác pháp.

Này chư tỳ-kheo, như vậy gọi là con kém cha mẹ.

***

Bài kinh trên đề cập đến 3 hạng người con so với cha mẹ, đó là sự so sánh căn cứ theo thiện pháp, ác pháp.

Tục ngữ có câu: "Con hơn cha là nhà có phúc". Theo quan niệm Phật giáo, con hơn cha mẹ được hiểu là:

- Cha mẹ là người không có giới, không có định, không có tuệ, thường tạo mọi tội lỗi, mọi ác pháp; còn con là người có giới đức trong sạch, thường thực hành thiền định, thực hành thiền tuệ, thường tạo mọi phước thiện, mọi thiện pháp. Như vậy mới gọi "Con hơn cha là nhà có phúc".

- Cha mẹ là người có giới đức trong sạch, thực hành thiền định chứng đắc thiền bậc thập, thực hành thiền tuệ chứng đắc Thánh quả bậc thấp; còn con là người cũng có giới đức trong sạch, thường thực hành thiền định chứng đắc thiền bậc cao, thực hành thiền tuệ chứng đắc Thánh quả bậc cao. Như vậy mới gọi "Con hơn cha là nhà có phúc".

Phật giáo quan niệm giá trị con người không căn cứ vào sự giàu hoặc nghèo, trình độ học vấn, công danh cao, sự nghiệp lớn, có chức quyền... mà chỉ căn cứ vào thiện pháp, ác pháp.

Cho nên, dù cha mẹ là người dân thường, ít học; song là người có đức tin trong sạch nơi Tam bảo, đã quy y nương theo nơi Phật, Pháp, Tăng, có giới đức, hoan hỉ trong mọi thiện pháp như bố thí, giữ gìn giới trong sạch, thường thực hành thiền định, thực hành thiền tuệ... Còn con là người có học vị tiến sĩ, có quyền cao chức trọng; song là người không có đức tin nơi Tam bảo, không có giới, thường tạo mọi tội lỗi, lại còn làm những việc xấu xa, vi phạm luật pháp ... làm cha mẹ mang tiếng xấu, gia đình dòng họ phải hổ thẹn với mọi người. Như vậy không thể gọi là "Con hơn cha là nhà có phúc."

Trong vòng tử sanh luân hồi của mỗi chúng sinh từ vô thuỷ cho đến kiếp hiện tại, mỗi chúng sinh tích lũy thiện nghiệp hoặc ác nghiệp khác nhau, cho nên quả của nghiệp cũng khác nhau. Cha mẹ là nơi nương nhờ để thiện nghiệp cho quả, tái sanh trở thành người con của cha mẹ. Do đó, có những người con xét về đức hạnh, về thiện pháp hơn cha mẹ, hoặc như cha mẹ hoặc kém cha mẹ.

Chẳng hạn như, Bồ Tát thái tử Tất-đạt-đa khi sanh ra có 32 tướng tốt của bậc thiện trí và 80 vẻ đẹp mà trong dòng họ

Thích-ca không có một ai sánh được, đó là do quả của thiện nghiệp mà Bồ Tát đã tạo nhiều đời nhiều kiếp trong quá khứ, không phải do mẫu hậu và phụ vương của ngài.

Công ơn cha mẹ không dễ đền đáp

Hộ Pháp

Công ơn sinh thành dưỡng dục của cha mẹ đối với con cái lớn lao vô lượng vô biên. Cho nên, bổn phận làm con không dễ gì đền đáp một cách xứng đáng công ơn ấy bằng thân, khẩu, ý của mình và phụng dưỡng với tất cả những gì có trong thế gian này.

Trong Tăng Chi bộ kinh,[1] đức Phật dạy rằng:

- Này chư tỳ-kheo, Như Lai dạy rằng: sự đền đáp công ơn của hai người trong đời này không phải dễ. Hai người ấy là cha và mẹ.

Này chư tỳ-kheo, người con nâng mẹ lên đặt bên vai phải, nâng cha lên đặt bên vai trái; phụng dưỡng cha mẹ bằng vật thực ăn uống ngon lành, dùng hương thơm và dầu xoa bóp thân hình cho bớt mỏi mệt, kéo tay chân cho giãn gân cốt, tắm rửa nước ấm khi trời lạnh, nước mát khi trời nóng, và để cha mẹ tiểu tiện, đại tiện trên đôi vai của mình; dù người con có tuổi thọ 100 năm, việc phụng dưỡng cha mẹ của người con như vậy cũng không đền đáp được công ơn cha mẹ; thì không thể gọi là người con biết ơn và đền đáp công ơn sinh thành dưỡng dục của cha mẹ.

Này chư tỳ-kheo, một cách khác, người con suy tôn cha lên ngôi Chuyển luân thánh vương, suy tôn mẹ lên ngôi chánh

---

[1] Anguttaranikàya, phần Dukanipàta.

cung hoàng hậu, có đầy đủ bảy thứ báu vật trong đời này; dù việc làm của người con như vậy, cũng không thể gọi là người con biết ơn và đền đáp công ơn sinh thành dưỡng dục của cha mẹ.

Điều ấy tại sao? Bởi vì, nhờ có cha mẹ người con mới nhìn thấy đời này, nhờ cha mẹ nuôi dưỡng người con mới lớn khôn trưởng thành; do đó, công ơn sinh thành dưỡng dục của cha mẹ lớn lao, vô lượng, vô biên, không sao kể xiết.

Vậy, có cách nào để người con đền đáp được công ơn sinh thành dưỡng dục của cha mẹ một cách xứng đáng hay không?

Đức Phật dạy:

Người con nào có thể:

- Thấy cha mẹ không có đức tin, giúp cho cha mẹ có đức tin trọn đủ.[1]

- Thấy cha mẹ không có giới, giúp cho cha mẹ có giới trọn đủ.[2]

- Thấy cha mẹ có tánh keo kiệt bổn xẻn, không muốn bố thí, giúp cho cha mẹ hoan hỉ trong việc bố thí trọn đủ.[3]

- Thấy cha mẹ không có trí tuệ, giúp cho cha mẹ có trí tuệ trọn đủ.[4]

Này chư tỳ-kheo, người con nào làm được như vậy, mới được gọi là người con biết ơn và đền đáp công ơn sinh thành dưỡng dục của cha mẹ một cách xứng đáng.

Bởi vì, người con phụng dưỡng cha mẹ tất cả các thứ vật dụng trong đời, chỉ giúp cho thân thể của cha mẹ được an lạc

---

[1] Saddhàsampadà
[2] Sìlasampadà
[3] Càgasampadà
[4] Pannàsampadà

trong kiếp hiện tại mà thôi; còn bốn pháp trọn đủ kia không những giúp cha mẹ chắc chắn thân tâm được an lạc trong kiếp hiện tại, mà còn hưởng mọi sự an lạc trong nhiều kiếp vị lai; và còn hơn thế nữa, giúp cho cha mẹ tạo mọi thiện pháp, bồi bổ pháp hạnh Ba-la-mật để mong chứng ngộ chân lý Tứ thánh đế, chứng đắc Thánh đạo, Thánh quả và Niết Bàn, trở thành bậc Thánh nhân, chắc chắn sẽ đạt đến sự giải thoát hoàn toàn mọi cảnh khổ sanh tử luân hồi trong ba cõi bốn loài.

Do đó, người con giúp cho cha mẹ trọn đủ bốn pháp ấy gọi là người con biết ơn và đền đáp công ơn sinh thành dưỡng dục của cha mẹ một cách xứng đáng.

Cho nên, diễm phúc cho những người con nào còn có cha có mẹ, những người con ấy có cơ hội tốt giúp cho cha mẹ có được trọn đủ bốn pháp ấy.

Nếu trường hợp người con không có khả năng giúp cho cha mẹ có được trọn đủ bốn pháp ấy, người con nên hướng dẫn, dẫn dắt cha mẹ đến gặp vị đại đức, bậc trưởng lão thuyết pháp giảng dạy cho cha mẹ hiểu rõ bốn pháp ấy đem lại sự lợi ích, sự tiến hoá, sự an lạc lâu dài cả trong kiếp hiện tại lẫn nhiều kiếp vị lai nữa; để cho cha mẹ phát sanh đức tin trong sạch, mới cố gắng thực hành theo bốn pháp ấy cho được trọn đủ.

Nếu người con nào không còn cha, hoặc không còn mẹ, hoặc không còn cả cha lẫn mẹ; đối với người con ấy chỉ còn cách làm trọn những điều hy vọng của cha mẹ.

Trong kinh Puttasutta,[1] đức Phật dạy:

Cha mẹ cầu mong có con trong gia đình với hy vọng nơi con rằng:

1. Người con mà chúng ta nuôi dưỡng, về sau khi chúng ta già yếu sẽ phụng dưỡng chúng ta.

---

[1] Bộ Anguttaranikàya, phần Pancakanipàta, kinh Puttasutta.

2. Người con sẽ giúp lo công việc của chúng ta.

3. Người con sẽ nối dòng dõi của tổ tiên.

4. Người con sẽ thừa hưởng của cải sự nghiệp của chúng ta.

5. Khi chúng ta qua đời, các con làm phước thiện hồi hướng đến chúng ta.

Đó là năm điều hy vọng của cha mẹ, mà người con có bổn phận làm tròn những điều hy vọng của cha mẹ, cho được thành tựu như ý, làm toại nguyện cha mẹ, dù cha mẹ còn sống hay đã qua đời.

Tóm lại, mỗi người chúng ta hiện hữu trên cõi đời này là do nhờ công ơn sinh thành dưỡng dục của cha mẹ.

Mỗi người phân tích có hai phần: thân và tâm nương nhờ lẫn nhau, không thể tách rời nhau được, nếu khi tâm tách rời khỏi thân, thì thân trở thành xác chết.

1. Phần thân: thuộc về sắc pháp, đó là sắc tứ đại: chất đất, chất nước, chất lửa, chất gió là phần sắc pháp chính; còn phần sắc pháp phụ thuộc có 24 sắc pháp khác đồng hiện hữu trong thân này.

Phần sắc tứ đại này là của cha mẹ cho con, song người con có thân hình xinh đẹp, xấu xí, tật nguyền... như thế nào, đó là do quả của thiện nghiệp, ác nghiệp đã tạo, không liên quan đến cha mẹ.

2. Phần tâm: thuộc về danh pháp là của riêng người con.

Do đó, có người con thuộc hạng người có đủ tam nhân (vô tham, vô sân, vô si); có người con thuộc hạng người có nhị nhân (vô tham và vô sân); cũng có người con thuộc hạng người vô nhân (không có một nhân nào trong ba nhân). Người con có trí tuệ hiểu biết, hay không có trí tuệ hiểu biết; có thân hình xinh đẹp hay xấu xí; giàu có hay nghèo khổ, bệnh nhiều hay ít bệnh.v.v... đó là do quả của nghiệp, do người con đã tạo từ nhiều đời nhiều kiếp trong quá khứ và kiếp hiện tại, không liên quan đến cha mẹ.

Thật ra, người cha mẹ nào cũng muốn cho con mình xinh đẹp tốt lành, có trí tuệ sáng suốt v.v.... Nhưng do quả nghiệp của người con tái sanh trong lòng mẹ, khi sanh ra đời là đứa con đui mù, câm điếc, tật nguyền... thế nào đó, thì cha mẹ vẫn có một tấm lòng thương yêu con, nuôi dưỡng con cho đến khi trưởng thành, với tâm từ bi vô lượng của cha mẹ.

Cho nên, người con phải biết ơn cha mẹ và biết đền đáp công ơn sinh thành dưỡng dục cho cha mẹ, không những các thứ vật dụng cần thiết hằng ngày như: vật thực, y phục, chỗ ở, thuốc trị bệnh và các phương tiện khác, để giúp cho cuộc sống của cha mẹ được thân tâm an lạc trong kiếp hiện tại; mà còn phải biết giúp cho cha mẹ có đức tin trọn đủ, có giới trọn đủ, có sự bố thí trọn đủ, có trí tuệ trọn đủ; để cho cha mẹ thật sự thân tâm thường an lạc cả trong kiếp hiện tại lẫn nhiều kiếp vị lai.

Người con nào làm được như vậy, người con ấy được gọi là phụng dưỡng, đền đáp một cách xứng đáng với công ơn sinh thành dưỡng dục của cha mẹ.

Đức Phật dạy cha mẹ cũng có 5 bổn phận đối với các con như sau:

1. Cha mẹ phải biết ngăn cấm các con làm mọi việc tội ác.

2. Cha mẹ khuyên dạy các con tạo mọi điều phước thiện.

3. Cha mẹ lo nuôi dưỡng các con nên người, cho con học hành có trình độ văn hoá, có nghề nghiệp lương thiện và thành thạo.

4. Cha mẹ lo làm lễ thành hôn (cưới vợ, gả chồng) cho các con, khi chúng đến tuổi trưởng thành.

5. Cha mẹ cho các con của cải tài sản khi xét thấy đúng lúc hợp thời.

Cha mẹ nên làm tròn bổn phận đối với các con.

Này người con hiếu nghĩa!

Phụng dưỡng cha mẹ mình,

Là điều an lành nhất,

Hạnh phúc cao thượng nhất.

Người con sinh từ hoa sen

Trích Soạn tập bách duyên kinh
- Nguyễn Minh Tiến Việt dịch

Lúc ấy, Phật hóa độ qua các nơi trong nước *Ma-kiệt-đề*,[1] đi đến bờ sông *Hằng*.

Cách bờ sông *Hằng* chẳng bao xa, có một cảnh tháp cổ điêu tàn, hư rã bởi những cơn mưa sa nắng táp, không ai trông nom, tu sửa. Chư *tỳ-kheo* thấy cảnh ấy, bạch hỏi Phật rằng: "Bạch đức Thế Tôn! Chẳng hay tháp ấy là tháp chi? Vì sao lại hoang tàn như vậy, chẳng có ai trông nom tu sửa?"

Phật bảo chư *tỳ-kheo*: "Các người nên chú ý lắng nghe, ta sẽ vì các người mà phân biệt giảng nói.

"Này chư *tỳ-kheo*! Về thuở quá khứ, vào khoảng giữa Hiền kiếp này, nước *Ba-la-nại* có một vị vua tên là *Phạm-ma Đạt-đa*.[2] Vua ấy trị nước đúng theo chánh pháp, nên nhân dân

---

[1] Magadha: Ma-kiệt-đề cũng viết; Ma-kiệt-đà, Ma-kiệt, Ma-yết-đà, Ma-già-đà, là một nước mạnh nhất ở Ấn Độ hồi thời Phật Thích-ca ra đời, kinh đô là thành Vương-xá (Rajagriha).

[2] Tiếng Phạn là Brahmadatta, nghĩa là của Đức Phạm Thiên ban cho.

sung túc, giàu có, mùa màng bội thu, dân cư đông đảo, yên ổn làm ăn, chẳng có những nạn binh đao, dịch bệnh xảy ra trong xứ, lại thêm trâu bò, gia súc đều đông đúc.

Vua ấy không có con. Người rất buồn bực, thành tâm mà cầu đảo các vị thần thánh, nhưng chưa thấy ứng nghiệm gì.

Thuở ấy, trong vườn hoa của vua, nhằm lúc hoa sen đua nở. Có một búp sen hiện lên, to lớn lạ thường. Búp sen ấy càng ngày càng lớn, đến khi nở ra, bên trong thấy một hài nhi xinh đẹp ngồi theo tư thế kiết già, có đủ ba mươi hai tướng quý và tám mươi vẻ đẹp, trong miệng tỏa ra hơi thơm của hoa *ưu-bát-la*,[1] và các lỗ chân lông đều xuất ra mùi hương *chiên-đàn*.

Bấy giờ, người làm vườn tâu lên với vua. Vua nghe chuyện lấy làm vui mừng, liền ngự ra vườn hoa, có triều thần với các vị hậu phi theo hầu. Khi nhìn thấy đứa trẻ ấy thì vua bỗng vui mừng không tự chế được, lòng muốn chạy đến mà ôm lấy ngay. Đứa trẻ ấy vừa thấy vua liền lên tiếng nói rằng: "Vì đại vương thường cầu thỉnh, nên nay tôi đến đây làm con của ngài."[2]

Khi ấy, vua cùng với các vị hậu phi nghe lời ấy rồi thì thảy đều vui mừng, liền bế đứa bé về cung nuôi nấng.

Khi đứa trẻ dần dần lớn lên, mỗi khi đi đứng nơi đâu, chỗ bước chân đều nảy sinh lên những đóa hoa sen, còn các lỗ chân lông trong người thì tỏa ra mùi hương *chiên-đàn* thơm ngát, nhân đó mà đặt tên là Chiên Đàn Hương.[3]

---

[1] Gọi đủ là Ưu-đàm-bát-la hoa (Udumbara), gọi tắt là Đàm hoa, là loại hoa quý, tương truyền đến 3000 năm mới nở một lần. Khi hoa nở thì có Phật xuất thế.

[2] Đoạn này trong bản chữ Hán chép rằng đứa trẻ ấy đọc lên một bài kệ: "Đại vương thường sở cầu, cố lai xứng vương nguyện. Kiến vô tử tuất cố, kim lai vi vương tử."

[3] Tiếng Phạn là Candana. Hán dịch là Chiên Đàn Hương (栴檀香).

Bấy giờ, đứa trẻ ấy tự quan sát thấy những chỗ mình đi qua đều nảy sinh hoa sen, mới sanh thì tươi tốt, xinh đẹp, chẳng bao lâu liền héo úa, tàn lụi. Thấy như vậy rồi, liền tự suy nghĩ, thấy thân người cũng không bền chắc, giống như vậy không khác. Nhân đó mà ngộ hiểu được lý vô thường, chứng quả Phật *Bích-chi*.[1] Ngay khi ấy thân thể liền bay được lên không trung, hiện đủ mười tám phép thần biến, rồi nhập *Niết-bàn*.

Khi ấy, vua và các vị hậu phi, cung nữ đều buồn thảm than khóc. Liền mang di thể đi thiêu hóa, thu nhặt *xá-lợi*[2] rồi lập tháp đặt vào mà thờ kính, cúng dường. Đó chính là ngôi tháp cổ mà ngày nay các ngươi thấy đó."

Chư *tỳ-kheo* lại thưa hỏi: "Bạch đức Thế Tôn! Chẳng hay vị Phật *Bích-chi* ấy nhờ nhân duyên phước báo gì mà được có mùi thơm *chiên-đàn* tỏa ra từ nơi thân thể như vậy?"

Phật dạy chư *tỳ-kheo*: "Các ngươi nên chú ý lắng nghe, ta sẽ vì các ngươi mà phân biệt giảng nói.

"Này chư *tỳ-kheo*! Về thuở quá khứ, cách nay vô số kiếp, nước *Ba-la-nại* có Phật ra đời hiệu là *Ca-la-ca Tôn-đà*. Thuở ấy có một vị trưởng giả giàu có vô cùng, tài sản, châu báu không tính kể xiết. Khi ấy, ông trưởng giả chẳng may mất sớm, vợ ông với đứa con trai lại chẳng ở chung nhau. Người con trai ông trưởng giả ấy rất đam mê sắc dục, gặp một cô kỹ nữ đem lòng mê mệt. Cô đòi hỏi phải bỏ ra trăm lượng vàng thì cô mới tiếp một đêm. Cứ như vậy qua nhiều năm thì tài sản cạn kiệt hết. Ngày kia không còn đủ vàng cho cô nữa, cô

---

[1] Phật Bích-chi, gọi đủ là Bích-chi-ca Phật-đà (Pratyekabuddha), là quả vị Phật chứng đắc do tự quán sát lý nhân duyên và vô thường mà được giải thoát, vào thời không có Phật xuất thế, nên còn gọi là Độc giác Phật. (tự giác ngộ một mình)

[2] Di thể của những vị đã đắc đạo, khi mang đi thiêu còn lại phần không cháy mất, gọi là xá-ly (cũng đọc là xá-lợi), được thờ trong các ngôi tháp, linh ứng rất rõ ràng.

không chịu tiếp. Người con ông trưởng giả mới tha thiết khẩn cầu, chỉ xin được gần cô một đêm nữa thôi. Cô kỹ nữ ấy nói rằng: 'Nếu anh có thể kiếm được một bông hoa thật đẹp mà mang đến cho tôi, thì tôi chịu tiếp anh một đêm.'

"Khi ấy, người con ông trưởng giả mới suy nghĩ rằng: 'Nay tài sản ta chẳng còn chi, đến tiền mua một cành hoa cũng không có nữa, lấy chi mà mang cho cô ấy.' Rồi lại nghĩ rằng: 'Nay trong tháp của nhà vua chắc chắn là có hoa đẹp, hay là ta vào đó lấy trộm một cành.' Nghĩ rồi làm liền.

"Nơi tháp của nhà vua lại có một người canh giữ, chẳng thể nào vào nơi cửa trước được. Người con ông trưởng giả liền lẻn theo lối sau, ẩn mình chờ khi thuận tiện thì đột nhập được vào trong tháp, mới trộm lấy một cành hoa.

"Được hoa rồi mang đến chỗ cô kỹ nữ, cô liền tiếp một đêm. Ngờ đâu đến sáng hôm sau, thân thể bỗng nổi lên rất nhiều ung nhọt, đau nhức, khổ não không thể nói hết. Khi ấy mời các vị danh y đến xem bệnh liệu trị, đều nói rằng phải dùng loại *chiên-đàn* thơm quý mà tán bột rắc lên những chỗ ung nhọt ấy, mới có thể khỏi.

"Người con ông trưởng giả tự nghĩ: 'Nay ta chẳng còn tiền bạc chi, lấy gì mua bột *chiên-đàn* quý ấy?' Liền bán hết nhà cửa đất đai, được sáu trăm ngàn đồng tiền vàng, mang đi mua được sáu lượng bột *chiên-đàn* thơm.

"Khi ấy, ông suy nghĩ rồi không chịu trị bệnh nữa, nói với lương y rằng: 'Nay bệnh của tôi thật là bệnh trong tâm, nếu chỉ trị ngoài thân thể làm sao dứt được?'

"Nói lời ấy xong, liền vào trong một ngôi tháp thờ Phật, phát lời nguyện lớn rằng: Đức Như Lai ngày xưa tu đủ các hạnh khổ, thệ nguyện độ hết chúng sanh trong chốn khổ ách. Nay thân thể này của con đọa vào chỗ khổ não khôn cùng, nguyện đức Thế Tôn đại từ lân mẫn cứu cho khỏi nạn.' Phát lời nguyện như thế rồi, liền lấy số bột *chiên-đàn* ra hai lượng, rắc lên cúng dường tháp, hai lượng mang đền trả lại giá trị cành hoa,[1] hai lượng chí tâm cúng dường Phật, cầu xin sám hối.

"Ngay khi ấy, ung nhọt tự nhiên dứt trừ, trong thân thể các lỗ chân lông đều xuất ra mùi hương thơm *chiên-đàn*. Ai nghe được mùi hương ấy đều thấy lòng vui không kể xiết.

"Người con ông trưởng giả từ khi phát nguyện và cúng dường như thế về sau, nhờ công đức ấy mà chẳng đọa các nẻo dữ, lại khi sinh ra trong cõi trời, cõi người, mỗi nơi đi qua đều nảy sinh hoa sen xinh đẹp, từ trong lỗ chân lông lại tỏa ra mùi thơm dễ chịu.

"Này chư *tỳ-kheo*! Người con ông trưởng giả ngày trước rắc bột *chiên-đàn* cúng dường trong tháp ấy, về sau chính là vị *Bích-chi* Phật thờ trong ngôi tháp cổ đó."

Các vị *tỳ-kheo* nghe Phật thuyết nhân duyên này xong thảy đều vui mừng tin nhận.

Chuỗi anh lạc

Ba Lợi là người con trai chí hiếu, trong thôn xóm ai cũng mến thương. Mồ côi cha ngay khi còn nhỏ, lớn lên anh lại nối nghiệp cha làm nghề đi biển, một nghề nhiều nguy hiểm hơn an toàn. Vì thế, mỗi lần anh từ giã ra đi thì mẹ già luôn căn dặn phải chí tâm cầu nguyện Bồ Tát Quán Thế Âm. Lần này bà đeo vào cổ cho con một tượng Bồ Tát bằng ngà và cũng dặn con lúc nào gặp nguy hiểm thì phải chí thiết niệm danh hiệu Ngài.

Quả nhiên chuyến đi này thuyền bị lạc hướng bởi một cơn

---

[1] Tức là cành hoa lấy trộm trong tháp của vua.

gió dữ thình lình. Con thuyền với 9 người chơi vơi giữa biển khơi đã hai ngày, nguy ngập nhất là khát nước. Giữa biển mênh mông chỉ trời với nước, thế mà người trong thuyền khát nước đến gần nguy. Anh bình tĩnh bảo cả thuyền đều phải hết lòng cầu nguyện Bồ Tát Quán Thế Âm cứu khổ cứu nạn cho, thì may đâu từ xa xa có một chiếc thuyền đang chầm chậm tiến đến. Khi hai thuyền đến gần nhau, anh hỏi xin nước uống. Người thuyền trưởng đưa cả hũ nước ngọt sang cho thuyền anh. Uống xong, anh hết sức cảm tạ. Người thuyền trưởng lại hỏi anh, nước ở biển nhiều hay nước trong hũ nhiều?

Anh đáp: "Nước trong hũ nhiều. Vì nước biển tuy nhiều song không thể uống được, nước trong hũ tuy ít nhưng cứu được cơn khát ngặt cho người thì phước đức vô lượng."

Thuyền chủ tán thán câu trả lời lý thú của anh, rồi tặng anh một chuỗi ngọc quí giá và bảo: "Ta thưởng cho người con chí hiếu." Nói xong thì không thấy thuyền và người đâu cả. Những người cùng thuyền với anh rất cảm động và tin tưởng mãnh liệt vào sự linh ứng của Bồ Tát Quán Thế Âm.

Về nhà, anh thuật chuyện cho mẹ nghe, và dâng chuỗi ngọc cho mẹ.

Mẹ anh bảo: "Chuỗi ngọc này là của vô giá, con nên đem dâng vua, đừng bán."

Vâng lời mẹ, Ba Lợi mang chuỗi ngọc dâng lên đức vua.

Vua Ba Tư Nặc được chuỗi ngọc quí giá rất mừng, ban tặng cho anh nhiều vàng ngọc khác.

Cách mấy hôm sau vua liền triệu tập các cung phi đến, trong ý nghĩ rằng để xem trong số cung nhân người nào đẹp nhất sẽ thưởng.

Mấy nghìn cung phi nghe vua triệu tập, ai nấy đều lo sửa soạn trang sức cực kỳ lộng lẫy.

Thoạt nhìn không thấy Mạt Lợi phu nhân, vua Ba Tư Nặc liền hỏi: "Sao không thấy đệ nhất phu nhân?"

Các cung phi thưa:

- Hôm nay là ngày rằm, ngày của phu nhân thọ giới "Bát quan trai" nên không đến được.

Vua có ý giận, hỏi:

- Thọ Bát quan trai mà dám trái ý trẫm ư?

Vua cho đòi ba phen, Mạt Lợi phu nhân sợ, phải đến yết kiến. Song vì ngày trai giới nên nàng không trang điểm gì cả, và chỉ mặc một thứ y phục hoại sắc.

Nhưng nhờ nghiêm trì tịnh giới nên phu nhân có một nhan sắc thanh khiết tỏa ra sáng chói như muôn ánh nhật nguyệt. Khi phu nhân vừa bước vào chánh điện thì có hào quang tỏa khắp hoàng cung. Thoạt thấy, vua rất ngạc nhiên, và sanh tâm ái kính bội phần.

Vua hỏi: "Ái khanh nhờ oai đức gì mà hôm nay sắc đẹp lộng lẫy bội phần?"

Phu nhân thưa:

- Thiếp tự tủi mình bạc phước lại sanh làm thân nữ nghèo hèn, may nhờ ơn trạch của đại vương nên được dự phần sang quý. Nhưng thiếp nghĩ: thân mạng vô thường, dù cho hoàng hậu, vương phi châu ngọc đầy mình rồi cũng có ngày già xấu, lại thêm bịnh hoạn theo liền, khi chết lại bị nghiệp ác dắt dẫn đi vào con đường đau khổ tội lỗi. Vì vậy, thiếp vâng theo lời Phật dạy, mỗi tháng thọ trì Bát quan trai giới trong các ngày trai tiết. Thiếp nguyện đem công đức ấy để hồi hướng cho nước nhà thịnh trị, muôn dân an lạc, và khi xả báo thân thiếp khỏi bị cái nghiệp phú quý mà sa đọa.

Vua nghe rất cảm kích và khen ngợi liền đem chuỗi ngọc tặng phu nhân.

Phu nhân Mạt Lợi từ chối không nhận mà nhường lại cho các cung phi.

Vua nói:

- Từ hôm được ngọc, trẫm đã định hôm nay triệu tập tất cả cung phi xem ai đẹp nhất thì trẫm thưởng. Nay thấy ái khanh nhan sắc thù thắng hơn các cung phi, thật hợp ý trẫm nên trẫm chỉ để tặng riêng ái khanh.

Phu nhân thưa:

- Thiếp nay thọ trì giới cấm của Phật, giữ mình thanh tịnh nên không trang sức những thứ xa hoa. Đấy là nhân gây ra tham lam tội lỗi. Vậy nay thiếp xin đại vương nên đem chuỗi ngọc dâng lên đức Thế Tôn, nhân dịp được nhận lãnh lời giáo hóa của đấng từ phụ để bổ túc thêm cho việc an dân thì phước đức vô lượng.

Vua rất hoan hỷ, liền sắc nghiêm sức xe giá, vua cùng phu nhân Mạt Lợi và tất cả cung phi cùng đến yết kiến Như Lai. Hôm ấy là ngày rằm, ngày chúng tăng thuyết giới vừa xong, vua vào bái yết đức Thế Tôn rồi đem dâng chuỗi ngọc anh lạc lên đức Phật và bạch cùng đức Phật về việc trì giới không thọ chuỗi anh lạc của phu nhân Mạt Lợi.

Đức Thế Tôn hoan hỉ thọ nhận rồi thuyết kệ rằng:

> *Người đời ưa trang sức,*
> *Cho ngọc châu là quý.*
> *Người cầu đạo giải thoát,*
> *Lấy giới luật làm hơn,*
> *Dù ngọc ngà châu báu,*
> *Cùng các thứ hoa thơm,*
> *Không sao bằng giới luật,*
> *Có năng lực đưa người,*
> *Đến tận bờ ly dục.*
> *Lìa xa ba cõi khổ,*
> *Quyết định được an lạc.*

Đứa con lười biếng

Trích Soạn tập bách duyên kinh
- Nguyễn Minh Tiến Việt dịch

Lúc ấy, Phật ở gần thành *Xá-vệ*,[1] trong vườn Kỳ thọ Cấp Cô Độc.[2] Trong thành có một người trưởng giả rất giàu có, duy chỉ có một đứa con trai đặt tên là *Nan-đà*,[3] cực kỳ lười nhác. Cậu chỉ thích nằm dài ra ngủ, chẳng muốn đi đứng hay ngồi dậy khỏi giường. Tuy vậy, cậu thông minh, sáng trí lắm, chỉ nằm đó mà nghe đọc các thứ kinh sách là có thể hiểu thấu nghĩa lý, không có điều chi không biết.

Người cha thấy cậu bé thông minh, luận giải kinh luận đều thông thạo, liền tự nghĩ rằng: "Thằng bé này thông minh xuất chúng, ta nên đón thầy ngoại đạo *Phú-lan-na*,[4] và các thầy ngoại đạo khác đến dạy dỗ cho nó."

Nghĩ như vậy rồi, liền bày biện các món ngon vật lạ cúng dường trọng thể, mời thỉnh các thầy ngoại đạo đến. Khi các thầy ăn uống đã xong, ông mới thưa rằng: "Tôi chỉ có một đứa con trai duy nhất, tánh tình lười nhác hết mức, chỉ muốn nằm ngủ hoài, chẳng muốn ngồi dậy. Nay nhờ các thầy dạy

---

[1] Xá-vệ (**Śrāvāsti**), cũng đọc là Thất-la-phạt, có nghĩa là Văn Giả, Văn Phật, Phong Đức, Háo Đạo, kinh đô của nước Câu-tát-la (**Kośala**). Nơi kinh thành ấy có nhiều nhân vật danh tiếng, nhiều vị tu hành có phước đức, đạo hạnh và trí tuệ.

[2] Kỳ thọ Cấp Cô Độc: Cảnh vườn hoa của Thái tử Kỳ Đà. Ngài bán đất, nhưng cúng dường cây cối trong vườn, nên gọi là Kỳ thọ (Cây của Thái tử Kỳ-đà). Ông trưởng giả Cấp Cô Độc mua đất trong vườn ấy mà xây cất Tinh xá cúng cho Giáo hội, nên gọi là vườn Cấp Cô Độc. Theo chữ Hán mà đọc trọn là Kỳ thọ Cấp Cô Độc viên: nghĩa là là cảnh đất trong vườn của ông Cấp Cô Độc, còn cây cối là của thái tử Kỳ Đà.

[3] Tiếng Phạn là Nanda: nghĩa là vui vẻ.

[4] Phú-lan-na: **Pūrna**, một trong sáu thầy ngoại đạo đương thời với Phật.

dỗ cho, giúp nó được thông thạo kinh luận, thay đổi tính nết mà nối được nghiệp nhà."

Bấy giờ sáu thầy ngoại đạo cùng nhau đến chỗ cậu bé. Cậu biết các thầy đến nhưng cứ nằm lỳ chẳng chịu dậy, huống gì nói đến chuyện mời các thầy ngồi. Ông trưởng giả thấy như vậy thì trong lòng buồn khổ, âu sầu vô hạn.

Khi ấy, đức Thế Tôn dùng tâm đại bi thương xót mà quán sát hết thảy chúng sanh, thường đến những nơi khổ não mà thuyết pháp độ sinh. Phật thấy ông trưởng giả vì thương con mà âu sầu, khổ não, liền cùng với chư *tỳ-kheo* đi đến nhà ấy.

Khi Phật vừa bước vào nhà thì cậu bé lười nhác bỗng nhiên vùng dậy, lấy ghế mời Phật ngồi. Cậu đối trước Phật lễ bái rồi đứng hầu sang một bên.

Phật liền vì cậu bé mà thuyết pháp cho nghe, lại quở trách sự lười nhác của cậu. Cậu bé nghe rồi tự biết hối cải, sanh lòng tin sâu, kính ngưỡng Phật.

Bấy giờ, Phật trao cho cậu bé một cây gậy quý bằng gỗ *chiên-đàn*, nói rằng: "Nếu ngươi chịu phát khởi lòng tinh tấn chuyên cần, dùng gậy này mà gõ xuống, sẽ phát ra âm thanh hay lạ. Người nghe được âm thanh ấy, có thể nhìn thấy trân bảo, châu báu ẩn chứa trong lòng đất."

Cậu bé nghe lời Phật dạy thì liền làm theo. Cậu lấy gậy mà gõ xuống đất, nghe được những âm thanh hay lạ, nghe rồi liền nhìn thấy được những trân bảo, châu báu nằm sâu trong lòng đất. Cậu thấy được như vậy rồi thì hết sức vui mừng, liền tự nghĩ rằng: "Ta nghe lời dạy của đức Thế Tôn, chỉ mới siêng năng dụng công đôi chút mà đã được sự lợi ích chưa từng có, huống hồ hết lòng siêng năng, chuyên cần mà làm việc."

Nghĩ như vậy rồi, ít lâu sau cậu liền quyết định sẽ khởi sự lên đường ra biển mà tìm trân bảo, châu báu. Vị thiếu niên ấy truyền rao khắp thành *Xá-vệ* tuyển mộ người theo mình cùng đi ra biển tìm trân bảo. Chàng tìm được rất nhiều châu báu, lại đưa tất cả mọi người an toàn trở về nhà.

Khi ấy, chàng liền bày biện đủ các thứ trân bảo quý giá cùng nhiều món ăn ngon lạ, tinh khiết, thỉnh Phật và chư tăng đến để cúng dường.

Bấy giờ Phật cùng chư *tỳ-kheo* liền đến thọ nhận lễ cúng dường của cậu bé lười nhác ngày trước. Thọ cúng dường xong, lại vì chàng mà thuyết pháp cho nghe. Nghe pháp rồi dứt sạch lòng tham lam, sân hận, liền mang nhiều trân bảo quý giá tung lên hư không mà cúng dường Phật. Những trân bảo quý giá ấy liền tụ lại trên không thành một cái tán lớn mà bay theo che bên trên Phật.

Chàng thiếu niên nhìn thấy sự biến hóa nhiệm mầu ấy lại càng tin sâu Tam bảo, chí thành lễ Phật mà phát lời nguyện lớn rằng: "Nhờ công đức cúng dường hôm nay, trong đời vị lai tôi nguyện sẽ có thể vì những chúng sanh mù lòa mà cứu giúp cho được sáng mắt, vì những chúng sanh chẳng quy y Phật mà độ cho quy y, những chúng sanh không người cứu hộ sẽ được cứu hộ, những chúng sanh không được an ổn sẽ được an ổn, những chúng sanh chưa nhập *Niết-bàn* sẽ được nhập *Niết-bàn*."

Chàng phát nguyện rồi, đức Phật liền mỉm cười, từ nơi trán, giữa hai lông mày phóng ra một đạo hào quang năm sắc, bay quanh Phật ba vòng rồi lại theo chỗ trên trán Phật mà bay trở vào.

Khi ấy, *A-nan* bạch Phật rằng: "Như Lai là đấng tôn quý, chẳng vô cớ mà cười bao giờ. Nay vì nhân duyên gì mà Phật mỉm cười, xin giảng giải cho được biết."

Phật bảo *A-nan*: "Ngươi có nhìn thấy cậu bé lười nhác ngày trước giờ đây phát tâm cúng dường ta chăng?"

A-nan thưa: "Bạch Thế Tôn, con đã thấy."

Phật nói: "Cậu bé này trải qua ba *a-tăng-kỳ* kiếp nữa sẽ thành Phật hiệu là Tinh Tấn Lực,[1] hóa độ chúng sanh nhiều vô số. Vì nhân duyên ấy mà ta mỉm cười."

Các vị *tỳ-kheo* nghe Phật thuyết nhân duyên này xong thảy đều vui mừng tin nhận.

Chí Hiếu và cây táo Thiết Sơn

Ngày xưa, trên núi Thiết Sơn có một cây táo to lớn không biết mọc từ thời nào, chỉ biết rằng từ xưa tới nay, chưa ai trông thấy cây đó có quả, dù là quả rất nhỏ. Vì thế, nhân dân ở quanh vùng đặt tên là "cây không quả".

Có một tiều phu ở gần đó tên là Chí Hiếu, ngày ngày mang tấm thân gầy gò yếu đuối lên núi kiếm củi bán lấy chút tiền mua rau cháo về phụng dưỡng mẹ già.

Mẹ anh là một bà già hình vóc mảnh mai, tuổi đã hơn 60 và và chỉ sanh ra có một mình anh. Mấy tháng nay, bà cụ bất hạnh lâm bệnh mà nhà nghèo không có tiền thuốc thang chạy chữa nên dần dần trở thành tê bại, nằm liệt trên giường, khiến cho Chí Hiếu ngày đêm buồn phiền, phần thương mẹ già bệnh hoạn, phần buồn cho số kiếp hẩm hiu không lo tròn bổn phận làm con.

Một tối kia, vừng trăng hiền lành từ từ nhô lên khỏi khu rừng và tỏa đầy ánh sáng vào căn nhà nhỏ bé ọp ẹp của anh. Trên chiếc chõng tre, lúc này, anh đang kể chuyện cho mẹ nghe để bà khuây khỏa nỗi niềm đau khổ, bỗng anh thấy cụ bà im bặt không trả lời. Nghe hơi thở đều đều của mẹ, anh

---

[1] Tiếng Phạn là **Atibalaviryaparākrama**, nghĩa là: Rất mực cang cường, hùng lực, dõng mãnh. Hán dịch là Tinh Tấn Lực (精進力).

đoán chắc hôm nay bệnh của mẹ anh có vẻ dễ chịu hơn nên bà đã ngủ giấc ngon lành. Nghĩ như thế, anh thấy lòng tràn ngập hân hoan liền khe khẽ đứng dậy khép cửa phòng và nhẹ nhàng bước ra nhà ngoài nơi có kê chiếc giường của anh nằm và cũng là căn bếp để nấu nướng.

Việc làm đầu tiên của anh là mở toang tấm liếp chắn cửa cho ánh trăng thỏa sức chiếu vào, anh giương to lồng ngực hít lấy không khí thì ít mà hít lấy ánh trăng thì nhiều, cảm thấy khoan khoái quá và bất giác thốt lên:

- Đêm nay trăng đẹp làm sao!

Nhất là khi nhìn đến mảnh vườn sạch sẽ trước sân đang tắm dưới ánh trăng vàng, khác nào như rải lên trên cảnh vật một tầng kim cương bảo thạch, xem thấy vừa mát mẻ vừa mỹ lệ. Những giọt sương lấm tấm bám đọng vào lá cỏ ngọn cây lóng lánh như sao sa trông nào kém gì những hàng ngọc châu quý giá. Anh nghĩ: "Giá như mẹ ta được ngắm nhìn cảnh tuyệt mỹ này của tạo vật, chắc người sẽ hoan hỷ biết bao!" Vừa nói anh vừa phóng tầm mắt nhìn về nẻo xa, bỗng một luồng hào quang trắng xóa vượt qua ánh trăng êm đềm và bắn thẳng vào mắt anh. Luồng hào quang đó xoay quanh mấy vòng rồi chiếu ngay nơi trước mặt anh.

Chí Hiếu định thần nhìn ra thì chao ôi, trong luồng hào quang là một vị hòa thượng già!

Vị hòa thượng già mặc một chiếc áo dài trắng tinh và có chòm râu phất phơ đến rún, trắng như bạc. Chí Hiếu hoảng sợ quá, tóc gáy dựng ngược và khắp mình gai ốc nổi đầy. Anh run lên cầm cập, lưỡi líu lại không nói được câu gì chỉ biết trố mắt sợ hãi nhìn vị hòa thượng.

Vị hòa thượng ôn tồn cất tiếng bảo rằng:

- Chí Hiếu! Con chớ có sợ hãi! Ta là hòa thượng trên núi Thiết sơn, đến đây với mục đích chữa bệnh cho mẹ con. Vì lòng hiếu thảo của con đã khiến ta phải cảm động, nhất là sự nghèo khó không tiền thang thuốc cho mẹ già lại càng làm cho bất cứ ai cũng phải thương xót!

Chí Hiếu nghe qua trong lòng xiết bao hoan hỷ, liền quỳ xuống bái tạ vị hòa thượng. Hòa thượng đỡ anh dậy và vui vẻ an ủi:

– Con khỏi lo ngại cho bệnh tật của mẹ già! Hãy mau lên đỉnh núi Thiết Sơn, tìm đến cây táo cổ thụ mà hái cho kỳ được một trái đem về dâng mẹ ăn thì bệnh gì cũng khỏi ngay.

Nửa tin nửa ngờ, anh ấp úng một hồi rồi cung kính thưa cùng hòa thượng:

– Bạch hòa thượng, cây táo này đã từ bao đời chưa hề có có một quả nào, thì ngày nay lấy chi để hái?

Hòa thượng ôn tồn nhắc lại:

– Không, hãy tin lời ta, đừng nghi ngờ gì cả!

Chí Hiếu bản tính chất phác chậm hiểu nên vẫn còn hồ nghi, liền hỏi lại hòa thượng:

– Thật có trái táo như hòa thượng vừa nói không? Nếu vậy thì sung sướng quá!

Hòa thượng vẫn vui vẻ xác nhận:

– Bần đạo không nói dối ai bao giờ! Cây táo đó sở dĩ lần này có trái là vì cảm động bởi lòng hiếu thảo của con đối với mẹ già. Vậy con nên mau mau hái trái táo về chữa bệnh cho mẹ đi!

Chí Hiếu cuống quýt , quỳ lạy hòa thượng không ngớt, khi ngẩng đầu lên thì vị hòa thượng đã biến đi đâu mất.

Đêm đó, anh hồi hộp quá không sao ngủ được, mặc dù anh đã cố nhắm mắt hàng giờ. Khi gà gáy sáng lần đầu, như chiếc máy, anh bật nhổm dậy, nhảy xuống khỏi giường rồi xăm xăm mở cửa, đi một mạch lên đỉnh núi Thiết sơn, nơi có cây táo "không quả" để xem có trái nào chín đỏ như lời hòa thượng đã mách bảo đêm qua?

Khi đến chân núi, anh sực nhớ lúc đi đã quên không xin phép mẹ và nói để mẹ anh biết câu chuyện gặp gỡ vị hòa thượng đêm qua. Anh chỉ sợ mẹ anh ở nhà, lúc thức dậy không thấy anh thì sốt ruột sanh ra lo ngại. Tuy nhiên, việc đã lỡ rồi, anh đành cố mau chân đến đỉnh núi để nhanh chóng thu được kết quả đem về.

Phong cảnh núi Thiết Sơn lúc này sương lam còn phủ kín dày đặc, vạn vật như ngừng lại trong vũ trụ im lìm. Những loài thú ăn đêm hầu như đã rút hết vào hang núi hay gốc cây, không còn con nào đi lảng vảng nữa. Đàn chim sơn ca còn nằm yên trong tổ ấm, hoặc giấu mỏ vào cánh để cố níu thêm một đôi chút yên tĩnh trước khi thần thái dương le lói hiện hình. Cả đến con ong, con bướm, con kiến, con sâu, giống nào giống nấy cũng sợ sương mai làm ướt bộ cánh mỏng manh, hoặc làm dính bộ chân mềm yếu nên chưa con nào chịu nhúc nhích lộ hình ra vội, duy có dòng thác vô tư bên sườn núi không quan tâm gì đến ngày đêm lưu chuyển, nên cứ rù rì thả một điệu nhạc trầm trầm giữa cảnh núi rừng hoang vắng.

Mặc dù trời chưa sáng rõ, nhưng đôi chân Chí Hiếu với nhịp bước không ngừng vẫn xuyên qua đèo ngang, rồi đến khe dọc, kế đến ghềnh đá, tới khi mặt trời vượt khỏi đỉnh núi thì anh đã leo đến lưng chừng sườn núi. Anh chỉ còn nỗ lực một phen nữa là tới đỉnh, tức là nơi có cây táo "không quả" đang chờ đón anh theo như lời vị hòa thượng đêm qua.

Hiềm vì khoảng núi này ghềnh đá cheo leo, cây mọc rậm rạp, anh cố leo hết những phiến đá nhô ra như tai mèo, thì lại vấp phải những tấm quái thạch sừng sững như vách dựng. Nhưng với tâm thành nồng nhiệt và một chí nguyện hăng hái, anh cũng đã leo được đến đỉnh núi. Lúc đó, mặt trời vừa đứng giữa đỉnh đầu.

Anh ngửa mặt lên cây táo, quả nhiên là một cây cổ thụ rườm rà, trong đám lá xanh, lộ ra trái táo to bằng nắm tay và chín đỏ như son, chẳng khác gì vừng thái dương mọc ở giữa từng mây dày đặc. Anh reo lên:

- A ha! Quả táo đây rồi. Hòa thượng quả nhiên không dối gạt ta! Trăm lạy hòa thượng, người thật vì kẻ khổ, kẻ bệnh, kẻ nghèo mà mở đường cứu vớt.

Anh vừa nói vừa tán dương công đức hòa thượng thì trên cây táo bỗng nhiên thấy nhiều quả táo xuất hiện đồng thời, và chỉ trong phút chốc quả nào quả ấy cũng vừa to vừa chín đỏ ối làm cho cành cây nặng trĩu phải rũ xuống thấp lè tè.

Anh mừng quá, hai tay ôm chặt lấy thân cây và đôi chân đưa ra phía trước lấy sức đẩy mạnh người lên trên cao như con nhái bầu ôm sát bụng vào cọc tre leo lên giàn. Khắp người anh mồ hôi nhễ nhại tuôn ra, làm ướt cả áo quần. Cũng may, cây mọc trên cao nên có khí trời trong gió mát, nhờ đó làm giảm được sự trèo leo vất vả một vài phần.

Khi anh trèo được lên cây rồi, lòng tham lam bắt đầu nổi lên, anh trẩy hết cành này đến cành khác, hái được một số khá nhiều, anh liền cởi áo buộc lấy, rồi thoăn thoắt đi thẳng một mạch về nhà, anh vào ngay phòng mẹ nằm, đặt bọc táo trước mặt mẹ rồi cười nói:

- Mẹ! Mẹ ăn đi! Ăn rồi sẽ hết mọi bệnh, mẹ ạ!

Vừa nói, anh vừa mở bọc táo ra. Mẹ anh mở to mắt nhìn vào những quả táo và hỏi:

- Ồ! Ở đâu có của quý hóa thế này? Ai cho con? Hay con đi hái trộm của người ta? Mẹ chắc con chẳng làm gì có tiền mua được nhiều táo quý đến như thế!

- Mẹ ăn đi! Rồi con sẽ kể chuyện mẹ nghe sau.

- Không! Mẹ không ăn đâu, nếu chưa biết rõ những quả

táo này từ đâu mà có. Nếu là của phi nghĩa thì không nên ăn con ạ!

- Con đã nói là mẹ cứ ăn đi, con cam đoan không phải là của trộm cắp đâu mà mẹ sợ!

- Vậy con kể cho mẹ nghe mau lên! Gớm, sáng nay con tự nhiên bỏ nhà đi, mẹ gọi mãi không thấy con thưa, làm cho mẹ lo hết vía.

Chí Hiếu liền đem hết những chuyện đã xảy ra: nào là vị hòa thượng trên Thiết Sơn hiện ra như thế nào, nào là chuyện đi lấy táo trên cây "không quả" ra sao, nhất nhất kể mẹ nghe một lượt. Mẹ anh nghe rồi hết sức ngạc nhiên, hai tay cứ chắp lại vái lạy và miệng thì luôn luôn niệm Phật.

Bà cụ tạ ơn vị hòa thượng trên núi Thiết Sơn, rồi cầm một quả táo đưa lên miệng, thấy có mùi hương ngào ngạt xông lên, khi miếng táo lọt vào miệng rồi bỗng tiết ra một thứ nước cam lồ vừa mát vừa ngọt, tưởng chừng như nước đó chạy khắp cơ thể đem theo một thần lực thấm nhuần làm cho khoan khoái các cơ quan trong người, khác gì ruộng khô mà được mưa tưới. Chỉ trong phút chốc bà cụ nằm liệt giường hàng mấy tháng nay bỗng nhiên ngồi nhổm dậy và tập tễnh từng bước nhỏ lê được ra đến cửa ngoài.

Tin này đồn đi, trong vài ngày khắp vùng đều biết tiếng. Cả đến thị trấn lân cận cũng lũ lượt kéo nhau đến nhà Chí Hiếu xin được trợ cứu cho. Người đem cha mẹ lại, người đem anh chị hay vợ con lại, tấp nập đầy nhà, mà toàn là những bệnh kinh niên hiểm nghèo, mười phần chết hết chín. Chí Hiếu liền đem một phần số táo chia cho mọi người, quả nhiên ai ăn xong cũng đều khỏi bệnh.

Từ đấy, nhà Chí Hiếu hết toán này đến toán khác vào. Anh nghĩ bụng: "Tại sao ta không bắt bệnh nhân mỗi người phải đóng một phần tiền phí tổn về công phu của ta đi hái táo?

Thiết tưởng làm như vậy cũng hợp lý chứ có sao đâu? Nghĩ rồi, anh liền yêu cầu mọi người phải trả tiền thì anh mới cho táo. Thế mà số người đến mua vẫn đông, cứ vài ngày anh lại bí mật lấy táo về bán.

Chí Hiếu nhờ đó, thu vào rất nhiều tiền. Tiền càng nhiều thì anh càng nuôi lớn thêm dục vọng. Trước còn thu gấp đôi gấp ba giá đã định, sau thu gấp năm gấp sáu, rồi đến gấp chín, gấp mười. Lúc này anh chỉ muốn mau chóng làm giàu chứ không ngó ngàng chi đến cảnh ngộ của người bệnh túng nghèo, nghĩa là có đưa đủ số tiền anh mới bán táo. Và chỉ thấm thoát trong vòng mấy tháng, một anh tiều phu nghèo nàn bỗng nghiễm nhiên trở nên một người giàu có nhất vùng.

Một hôm, có người con gái đến quỳ mọp dưới đất cầu khẩn van lơn anh, mỗi lời nói là một hàng lệ giàn giụa:

- Trăm lạy ông, ngàn lạy ông! Xin ông bố thí cho tôi một trái táo thần để về cứu lấy mẹ tôi. Mẹ tôi đang hấp hối, chỉ còn trông đợi ở táo thần của ông cứu mạng mà thôi!

Chí Hiếu lên mặt đạo đức chậm rãi nói:

- Nghe lời nói tôi cũng thấy thương. Chỉ vì lâu nay táo ít quả lắm, nếu cô không trả tiền thì khó mà bố thí cho cô được!

Nói xong, anh dứt khoát bỏ đi vào nhà trong, mặc cho người thiếu nữ nức nở khóc than van cầu, nước mắt cứ chảy như mưa, nhưng trước sau anh vẫn giữ một mực cương quyết: không có tiền là không cho táo. Thiếu nữ không biết làm sao được đành thất vọng đứng lên ra về.

Đêm hôm đó trên đỉnh Thiết Sơn, dưới bóng trăng soi vằng vặc tạo nên quang cảnh rất nên thơ, phú ông Chí Hiếu đứng dưới gốc cây táo thần, ngửa đầu lên ngắm nghía tàn cây xanh tươi, bất giác bật lên một giọng cười khanh khách tỏ vẻ đắc ý. Bỗng có một đạo hào quang vút qua rồi hiện sừng sững trước mặt anh: Vị hòa thượng áo trắng râu bạc hôm trước. Nhưng vị hòa thượng lần này không tươi cười mà trái lại hiện ra với sắc mặt nghiêm nghị bảo anh:

- Hỡi Chí Hiếu! Người thiếu nữ đến nhà ngươi ngày hôm qua thật có hoàn cảnh đáng thương! Sao ngươi không động lòng trước lời ai cầu của kẻ nghèo nàn mà cứ nhất định đòi nhiều tiền mới bán táo cho? Như vậy ngươi quả là người không có tâm từ mẫn mà chỉ muốn cho thỏa lòng tham lam mà thôi! Từ nay, cây táo này không cấp quả cho ngươi nữa và những gì ngươi đã có được đều sẽ phải thu về!

Nói xong vị hòa thượng lấy tay nhổ cây táo lên khỏi mặt đất và ném thẳng ra bể đông.

Chí Hiếu sợ hãi quá, lủi thủi ra về, trong lòng tuy buồn nhưng yên trí rằng nhà đã giàu có, dù có mất cây táo cũng không sợ. Kịp khi về đến nhà thì bỗng lạ thay, ngôi nhà đã hiện trở lại là một túp lều tranh bẹp nát y nguyên như khi trước, còn những lâu đài mới xây cất tráng lệ thì không biết biến đi đâu mà tuyệt nhiên chẳng còn lưu lại một vết tích gì! Ngay cả chiếc áo cẩm đoạn bằng thứ vóc đắt tiền mà anh mặc trên mình lúc này cũng chỉ còn là một cái áo rách vá của anh vẫn mặc khi xưa! Anh đứng nhìn cơ nghiệp đã mất, đành chùi nước mắt mà hối hận cho cuộc đời trở lại nghèo nàn của anh!

Hoàng tử A-xà-thế

Hoàng tử A-xà-thế bị Đề-bà Đạt-đa xúi dục, âm mưu sát hại vua cha là Tần-bà-sa-la để chiếm ngôi. Nhưng công việc bị bại lộ, A-xà-thế bị bắt quả tang, và người cha đầy lòng từ bi không nỡ trừng phạt như lời tâu xin của quần thần mà nhường ngôi vua cho hoàng tử, vì thấy con thèm muốn làm vua.

Để trả ơn, vị hoàng tử bất hiếu vừa lên ngôi liền hạ ngục cha và ra lệnh bỏ đói cho chết dần. Chỉ một mình hoàng thái hậu được phép vào thăm. Mỗi khi đi bà giấu đồ ăn trong túi áo đem cho chồng, A-xà-thế hay được quở trách mẹ. Sau lại bà giấu trong đầu tóc, A-xà-thế cũng biết được. Cùng đường hết cách, bà liền tắm rửa sạch sẽ rồi thoa vào người một thứ đồ ăn làm bằng mật ong, đường và sữa. Vua gọt lấy món ăn này để nuôi sống. Nhưng A-xà-thế cũng bắt được và cấm hẳn mẹ không cho vào thăm vua cha nữa.

Lúc ấy vua Tần-bà-sa-la cam chịu đói, nhưng lòng vẫn không oán trách con. Ngài đã đắc quả Tư-đà-hàm nên trong lòng vẫn thản nhiên, đi lên xuống kinh hành, thọ hưởng phúc lạc tinh thần. Thấy cha vẫn vui tươi, A-xà-thế nhất định giết cho khuất mắt, nên hạ lịnh cho một người thợ cạo vào trong ngục, lấy dao bén gọt gót chân vua cha, xát dầu và muối vào rồi hơ trên lửa nóng.

Khi người cha bất hạnh thấy người thợ cạo đến thì mừng thầm ngỡ rằng con mình đã ăn năn hối cải, cho người đến cạo râu tóc để rước về. Trái với ý nghĩ của ngài, anh thợ cạo đến chỉ để đem lại cho ngài cái chết vô cùng thê thảm.

Cùng ngày ấy, vợ A-xà-thế hạ sanh một hoàng nam. Tin lành đến tai vua rồi sau đến tin vua Tần-bà-sa-la chết trong ngục.

Tin hoàng hậu hạ sanh hoàng nam được thông báo trước. Nỗi vui mừng của A-xà-thế không sao kể xiết. Cả người nghe nhẹ nhàng vui sướng. Tình thương của một người cha lần đầu tiên chớm nở trong lòng, mặn nồng sâu sắc, thấm vào tận xương tủy.

Đứa con đầu lòng là một nguồn yêu thương, là cơ hội để cha mẹ thưởng thức một tình thương mới mẻ đậm đà, vô cùng trong sạch. Cảm giác đầu tiên của người mới được đứa con đầu lòng dường như đưa họ vào cảnh giới kỳ lạ, khiến họ có cảm tưởng rằng máu huyết mình đã đổ giọt ra để nối tiếp mình.

Tức khắc A-xà-thế vội vã chạy đi tìm người mẹ yêu dấu và hỏi:

- Thưa mẫu hậu, khi con còn nhỏ phụ hoàng có thương con không?

- Tại sao con hỏi lạ lùng như vậy? Mẹ tưởng trên thế gian này không tìm đâu ra một người cha lành như cha con. Để mẹ thuật lại cho con nghe. Lúc mẹ còn mang con trong lòng, ngày nọ mẹ nghe thèm lạ lùng một món kỳ quái. Mẹ thèm nút vài giọt máu trong bàn tay mặt của cha con. Mà nào mẹ dám nói ra. Rồi càng ngày mẹ càng xanh xao, và sau cùng phải thú thật với cha con. Khi nghe vậy, cha con vui vẻ lấy dao rạch tay cho mẹ nút máu. Lúc ấy các nhà chiêm tinh trong triều tiên tri rằng con sẽ là kẻ thù nghịch của cha con. Do đó mà tên con là A-xà-thế (Ajatasattu - có nghĩa là kẻ thù chưa sanh). Mẹ có ý định giết con ngay trong lòng nhưng cha con ngăn cản mẹ. Một hôm con có cái nhọt trên đầu ngón tay, nhức nhối vô cùng, khóc suốt ngày đêm, không ai dỗ được. Cha con đang cùng bá quan phân xử việc triều đình, nghe vậy cầm lòng không được, bế con trong lòng và không ngần ngại ngậm ngón tay của con trong miệng nhẹ nhẹ nút cho con đỡ đau. Gớm thay! Cái mụt nhọt bể, máu mủ tuôn ra trong miệng. Cha con sợ lấy ra con sẽ đau nên nuốt luôn vào bụng cả mủ lẫn máu. Phải, người cha hết lòng thương yêu con, vì tình phụ tử đậm đà, nhẹ nhẹ nuốt hết vừa máu vừa mủ vào trong bụng.

Nghe đến đó bỗng vua A-xà-thế đứng phắt dậy, kêu lên như điên dại:

- Hãy đi mau, thả ra lập tức người cha yêu quý của trẫm.

Than ôi! Người cha yêu quý đã ra người thiên cổ.

Tin thứ nhì được trao tận tay vua A-xà-thế, vua xúc động rơi lệ dầm dề. Bây giờ ông mới biết được rằng chỉ khi bắt đầu làm cha mới biết được tình cha thương con như thế nào.

Vua Tần-bà-sa-la băng hà và tức khắc tái sinh vào cảnh trời Tứ Vương Thiên tên là Janavasabha.

Về sau vua A-xà-thế được gặp đức Phật, trở nên một thiện tín lỗi lạc và tạo được nhiều công đức trong lần kết tập đầu tiên để ghi lại tam tạng kinh điển.

Vua A-xà-thế sám hối

Sau khi giết vua cha là Tần-bà-sa-la rồi, một hôm vua A-xà-thế nằm mộng thấy cha về mỉm cười mà nói với ông rằng:

- A-xà-thế! Ta là cha của con. Tuy con đã giết ta, nhưng ta không oán hận con. Là đệ tử của đức Phật nên ta nguyện dùng đức từ bi của Phật mà tha thứ cho con. Dù sao con cũng đã là con của ta, nên ta cầu chúc con một điều là mong con sớm biết sám hối, tỉnh ngộ mà bước đi trên con đường ánh sáng.

Vua A-xà-thế rất buồn, vì dù sao ông cũng nghĩ đến tình thương của cha, nghĩ đến việc mình đã giết cha một cách vô lý, và ông cảm thấy vô cùng ân hận việc đã làm.

Một hôm, vua A-xà-thế cùng mẹ là phu nhân Vi-đề-hy ngồi cùng bàn ăn cơm. Không thấy con trai của mình là Ưu-đà-da vào bàn ăn, ông bảo người hầu cận:

- Ưu-đà-da đâu rồi? Tìm nó về đây cùng ăn cơm.

Người hầu cận đáp rằng:

- Ưu-đà-da đang nghịch với con chó.

Khi người hầu cận gọi Ưu-đà-da về, hoàng tử vẫn còn ôm một con chó nhỏ trong tay. Vua A-xà-thế hỏi con rằng:

- Tại sao con không ăn cơm?

Ưu-đà-da nũng nịu trả lời:

- Không cho con chơi chung với chó thì con không ăn cơm đâu!

Vua A-xà-thế đành phải chiều ý con và tất cả cùng ăn cơm chung bàn. Sau một lúc, vua A-xà-thế nói với Vi-đề-hy phu nhân rằng:

- Vì thương con mà vua phải ăn cơm chung với chó, thật khó coi!

Quốc thái phu nhân Vi-đề-hy trả lời:

- Ăn cơm chung với chó thì có chi là đặc biệt! Nay vua thương con, chịu ngồi ăn chung với chó mà đã lấy làm chua chát. Tiên vương ngày trước đối với vua còn làm nhiều việc khó làm hơn nữa, nhưng vua không biết đó thôi. Lúc vua còn nhỏ, trên ngón tay có nhọt, đau đớn vô cùng, làm cho vua đêm ngày không ngủ được. Tiên vương ôm vua đặt lên đầu gối, dùng miệng ngậm nhọt độc trên ngón tay cho vua bớt đau. Có khi, khí ấm trong miệng làm cho nhọt vỡ ra và chảy mủ, tiên vương sợ giấc ngủ của vua bị kinh động nên phải nuốt chỗ mủ ấy. Tiên vương thương vua như vậy đó, vì thương con nên đã làm những điều mà người khác không làm được.

Vua A-xà-thế nghe phu nhân Vi-đề-hy kể, yên lặng đặt chén cơm xuống, đứng dậy bước sang phòng bên cạnh. Từ đó trở đi, ông không còn cảm thấy làm vua là vinh quang và sung sướng nữa. Trong tim ông dường như có một tảng đá thật lớn đang đè nặng.

Nghiệp báo của vua A-xà-thế hiện tiền, thân ông nổi đầy mụn nhọt, tâm ông lại không lúc nào là không bị hối hận dày vò. Ông bèn nói với quần thần rằng:

- Bây giờ cả thân lẫn tâm của ta đều bệnh nặng, nhất định là do tội mưu hại vua cha mà ra, ai có thể chữa lành cho ta?

Giữa các đại thần có nhóm lục sư ngoại đạo Nguyệt Xưng, muốn an ủi vua nên dùng đủ thứ tà giáo để chứng minh rằng vì nước mà giết cha thì không có tội, nhưng vua A-xà-thế nghe họ nói không hề động tâm mà còn nặng thêm lòng hối hận.

Lúc ấy có một vị danh y đại thần tên là Kỳ-bà bước lên tâu rằng:

- Đại vương, hiện giờ đại vương cảm thấy trong người như thế nào?

Vua A-xà-thế lắc đầu bảo rằng:

- Kỳ-bà! Bệnh của ta rất trầm trọng, không những thân ta mang bệnh mà bệnh khổ trong tâm cũng rất nặng. Ta nghĩ rằng ngay cả lương y, thuốc thần, chú thuật cũng đều không chữa lành cho ta được! Ngày đêm nằm trên giường ta ưu sầu khổ não, rên xiết kêu la, không tài nào nhắm mắt. Kỳ-bà! Tuy ông là bậc danh y trong thiên hạ, nhưng lần này ngay cả ông cũng phải bó tay thôi!

Kỳ-bà nói một cách trang trọng:

- Đại vương! Xin ngài đừng thất vọng bi thương như vậy. Hiện nay, trên thế gian này, ngoài đức Phật ra, thần nghĩ rằng đúng là không có một người thứ hai có thể cứu bệnh cho đại vương.

Khi Kỳ-bà nói ra những lời ấy, các tùy tùng của vua A-xà-thế đều biến sắc. Họ sợ là Kỳ-bà đã chọc giận vua. Nhưng lần này vua A-xà-thế không hề nổi giận, chỉ yên lặng nhắm mắt. Kỳ-bà quan sát biết được tâm của vua rồi, bèn nói tiếp:

- Đại vương, thần chỉ là một thầy thuốc. Thầy thuốc tuy có thể chữa bệnh thân thể, nhưng tuyệt nhiên không chữa trị được bệnh của tâm. Đức Phật là vị y sĩ vô thượng, chỉ cần đại vương bằng lòng đến bái kiến ngài, chắc chắn ngài sẽ đón tiếp đại vương. Đức Phật giống như biển cả mênh mông, có thể dung nạp tất cả mọi dòng sông. Bệnh khổ của Đại vương do tâm mà sinh, cần phải trị dứt bệnh căn của tâm sau đó mới trị được bệnh của thân.

Vua A-xà-thế gật đầu nói rằng:

- Phải rồi Kỳ-bà, ông nói rất đúng. Ta cũng rất muốn bái kiến đức Phật, song ta sợ ngài sẽ không tiếp ta vì ta là người tội lỗi. Đó là chưa kể những gì ta đã làm cùng với Đề-bà Đạt-đa... Ta rất có lỗi với đức Phật...

Kỳ-bà biết được tâm của vua A-xà-thế ngay trong giờ phút ấy nên tiến thêm một bước nữa, nói rằng:

- Đại vương, thần nghe nói rằng ngay trong giây phút lâm chung, tiên vương đã tha tội cho đại vương rồi. Tiên vương là đệ tử của đức Phật, đệ tử của Phật mà còn tha thứ cho đại vương, không lẽ một đấng đức độ viên mãn, tâm đại bi trùm khắp như đức Phật mà lại không tha thứ cho ngài sao? Thần nghe đức Phật thuyết giảng rằng, nếu có người tạo tội ác mà biết khởi tâm tàm quý, khẩn thiết chí thành sám hối trước Tam Bảo thì có thể tiêu trừ tội lỗi ấy và nghiệp chướng cũng nhẹ đi. Tuy có một thời đại vương không tin nhân quả mà tạo nghiệp ác, nhưng nếu nhìn theo pháp môn sám hối của đức Phật, thì đại vương vẫn có thể được cứu. Thần thấy nay đại vương đã có tâm tàm quý và sám hối thì đại vương đã bắt đầu bước đi trên một con đường mới rồi!

Thần lại đã từng nghe đức Phật giảng rằng, người có trí huệ thì không dám tạo tội, nếu không cẩn thận mà tạo tội thì sau đó biết sám hối. Người ngu si là người tạo tội mà không hối cải, hay là tạo tội xong lại còn che giấu. Nếu đại vương đến được trước mặt đức Phật để sám hối, nói rõ là sẽ không tái phạm nữa, thì ánh sáng từ bi của ngài sẽ che chở cho đại vương.

Đại vương, người trí không che giấu tội của mình. Đức Phật thường nói, làm người phải tin sâu nhân quả, tin chắc chắn rằng không ai thoát được nghiệp báo dẫu trong đường tơ kẽ tóc.

Trên thế gian này chỉ có những kẻ mất lòng tin là không thể cứu được, đại vương không mất lòng tin thì chắc chắn là sẽ được đức Phật cứu độ.

Lòng từ ái của đức Phật vô lượng vô biên, tất cả chúng sinh đều được ngài thương xót. Đức Phật không phân biệt kẻ oán người thân, kẻ thương người ghét, người giàu kẻ nghèo, kẻ sang người hèn... Ngài cứu độ tất cả mọi người một cách bình đẳng. Đức Phật cho phép ông Bạt-đề tôn quý xuất gia, cũng cho phép ông Ưu-ba-ly hạ tiện xuất gia. Đức Phật tiếp nhận sự cúng dường của phú ông Tu-đạt-đa, cũng không từ chối sự bố thí của kẻ bần cùng.

Đức Phật đã cảm hóa ngài Đại Ca Diếp vốn trốn tránh dục nhiễm gia nhập vào tăng đoàn, nhưng Ngài cũng đã dùng phương tiện khuyến hóa được một người đầy tham dục như ngài Nan-đà và cho xuống tóc. Quỷ mẹ cùng Ương-quật-ma-la, ai nghe tên cũng hãi hùng nhưng đức Phật đã tìm đến họ để hóa độ. Đối với ai Phật cũng hết lòng thương xót, xin đại vương không nên nghi ngại gì cả.

Thật ra nói lên những lời này thần rất e ngại, nhưng thần không thể không nói ra với đại vương. Hiện giờ đức Phật đang cùng các vị đệ tử của ngài đến vườn lê của hạ thần và sẽ thuyết pháp nơi đó, xin đại vương hãy mau đến tham bái ngài, xóa tan màn mây đen tối trong tâm và để chỗ cho bầu trời quang đãng xán lạn. Đây là một cơ hội ngàn vàng, thần khẩn khoản xin đại vương đừng bỏ lỡ!

Vua A-xà-thế nghe xong, trong mắt phát ra những tia hy vọng lẫn hối hận, ông đáp:

- Nghe khanh nói trẫm rất vui mừng, vậy khanh hãy về chọn ngày lành tháng tốt, trẫm nhất quyết đến tham bái đức Phật để cầu xin sám hối.

Kỳ-bà lắc đầu tỏ vẻ không đồng ý:

- Đại vương, trong giáo pháp của đức Phật, không có những sự mê tín như ngày lành tháng tốt. Đức Phật thường dặn dò các vị đệ tử của ngài rằng: Không nên bói toán, bốc quẻ hung kiết. Tu học chánh pháp và hành động theo chánh pháp thì ngày nào cũng lành và tháng nào cũng tốt cả. Tốt nhất là đại vương nên khởi hành ngay!

Vua A-xà-thế rất vui lòng, cho chuẩn bị thật nhiều phẩm vật cúng dường, và cùng một đại đội tùy tùng rầm rộ hướng đến vườn lê của Kỳ-bà.

Nhưng trên đường đi, A-xà-thế bỗng cảm thấy lo sợ và bất an. Ông ra lệnh cho voi lớn kéo đoàn xe ngựa phải ngừng lại, nói với Kỳ-bà rằng:

- Kỳ-bà, ta nghĩ rằng đức Phật đã lìa mọi nhiễm ô, ngài có nhân cách thanh tịnh như trăng tròn. Tăng đoàn của Ngài toàn là những vị thánh nhân đã đoạn diệt phiền não. Ta và Đề-bà Đạt-đa đã phản nghịch đức Phật, thì làm sao ngài lại bằng lòng tiếp kiến một kẻ cực ác vô đạo như ta? Làm sao ngài lại chịu đưa bàn tay cứu độ ra cho một kẻ tội lỗi như ta? Ta nghĩ hay là thôi vậy, chúng ta nên quay về!

Kỳ-bà nghiêm sắc mặt mà nói rằng:

- Tình của cha mẹ đối với con cái vốn bình đẳng, nhưng phần lớn cha mẹ lại thường đặc biệt lo lắng cho những đứa con có bệnh. Từ bi của đức Phật cũng bình đẳng đối với tất cả chúng sinh, nhưng đối với người có tội, ngài càng đặc biệt quan tâm hơn. Đối với những kẻ mất hẳn lòng tin, đức Phật còn thuyết chánh pháp cho nghe, đại vương chưa phải đã mất lòng tin thì lý do gì mà đức Phật không từ bi cứu độ?

Vua A-xà-thế còn đang do dự, thì trong không trung bỗng nhiên có âm thanh vang lên:

- A-xà-thế, ta là Tần-bà-sa-la, phụ vương của con. Con hãy mau tin nghe theo lời của danh y Kỳ-bà, đến chỗ đức Phật mà cầu sám hối. Ta muốn nói với con một điều, đèn pháp sắp tắt, thuyền pháp sắp chìm, cây pháp sắp gãy, hoa pháp sắp tàn rồi. Mặt trời có lúc phải lặn về tây, đức Phật nay sắp nhập Niết Bàn. Lúc ấy thì căn bệnh trầm trọng của con, ai sẽ cứu chữa? Tội nặng ngũ nghịch mà con đã phạm khiến cho trong không bao lâu nữa con sẽ đọa địa ngục. Ta thương con nên mới khuyên con hãy mau đến chỗ của đức Phật mà cầu cứu. Trừ đức Phật đại giác, đời đời kiếp kiếp không ai có thể cứu độ con được!

A-xà-thế nghe được âm thanh từ ái của cha, đau khổ quá, ngã xuống đất bất tỉnh. Khi tỉnh dậy thì danh y Kỳ-bà dẫn ông xuống xe đến chỗ đức Phật đang tĩnh tọa trong giảng đường.

Đức Phật ngồi ngay ngắn trên tòa sư tử, bốn bề có đệ tử vây quanh, ánh lửa sáng rực, hương khói cuồn cuộn bay, mọi người đang an tĩnh tọa thiền.

Vua A-xà-thế rửa chân bước vào giảng đường, Kỳ-bà đưa ông đến trước tòa của đức Phật. Ông chắp hai tay trước ngực mà thưa rằng:

- Thế Tôn, thỉnh ngài quán sát tâm con!

Đức Phật mở đôi mắt trong sáng ra, hiền từ đáp rằng:

- Đại vương! Ông tới đúng lúc. Ta đợi ông đã lâu.

Vua A-xà-thế kinh ngạc trước sự ưu ái của đức Phật, vội vàng quỳ xuống, cúi đầu thật thấp nói một cách hổ thẹn:

- Thế Tôn từ bi! Con không xứng đáng, con là người cực ác vô đạo, nếu được Thế Tôn quát mắng con đã thấy vô cùng hạnh phúc, nay lại còn được Thế Tôn dùng lời từ ái như thế, con rất cảm kích! Tâm đại bi của Thế Tôn không bỏ sót một chúng sinh nào, hôm nay con mới được thấy tận mắt. Thế Tôn là bậc cha lành của tất cả chúng sinh. Con rất hối hận đã sát hại người cha vô tội, bây giờ thân tâm con bất an, nguyện Thế Tôn từ bi cứu vớt!

Đức Phật nhẹ nhàng nói:

- Trên thế gian có hai loại người có thể có hạnh phúc chân chính: một là người tu thiện pháp không tạo tội, hai là người tạo tội biết sám hối. Nay cơ duyên hối lỗi của đại vương đã thành thục. Trên đời này có ai là không phạm tội? Biết lỗi thì sửa đổi, đó là cách cư xử của người tốt. Pháp môn của ta quảng đại vô biên, đại vương cứ luôn luôn sám hối là được.

Đại vương, tội lỗi vốn không có bản thể, vốn là không, là huyễn, nếu tâm ý mà hết bám giữ thì tội lỗi cũng tiêu diệt. Hiểu rõ rằng tâm và tội bản thể là không, không có thật, thì đó là sám hối một cách chân chính.

Từ nay đại vương hãy lấy chính pháp trị dân, đừng làm điều phi pháp nữa. Nên lấy đức cải hóa dân, đừng nên bạo tàn. Nếu đại vương nhân từ thì danh thơm tiếng tốt sẽ lan truyền bốn phương, đại vương sẽ được chúng sinh tôn kính, không muốn phục tùng cũng không được. Chuyện quá khứ đã qua rồi, chẳng còn gì để bàn đến nữa. Từ nay trở đi, việc quan trọng là làm sao sửa đổi. Đại vương mà làm việc thiện thì sẽ được an ổn, sung sướng. Tiến thêm một bước nữa thì hãy học pháp Không của Phật đạo, chứng quả Không để được giải thoát.

A-xà-thế nghe đức Phật giáo huấn rồi, cảm thấy đầy hy vọng và tin tưởng trong cuộc sống mới. Ông vô cùng hoan hỉ, tất cả mây đen mê vọng đã được quét sạch, quỳ trước bảo tòa ông cảm động rơi nước mắt. Quả thật là: "Lãng tử hồi đầu kim bất hoán" (kẻ chơi bời phóng túng mà biết quay về thì còn quý hơn vàng), cuối cùng rồi vua A-xà-thế quy y với đức Phật và được cứu độ.

Cho tiền đi nghe pháp

Ông trưởng giả Cấp Cô Độc có một người con trai đã lớn nhưng ham mê ăn chơi, đánh bạc, không biết gì về Phật pháp.

Ông Cấp Cô Độc liền dùng phương tiện để đưa con ông vào đạo. Một hôm, ông gọi con trai đến nói rằng: "Hôm nay cha bận công việc, con đi nghe pháp thế cha, cha sẽ cho con 100.000 đồng."

Cậu con trai không muốn nghe pháp, nhưng muốn có 100.000 đồng nên chịu đi. Khi đến chỗ Phật, lễ Phật xong, cậu tìm chỗ vắng đánh một giấc. Chiều về lãnh 100.000 đồng.

Tuần lễ sau, ông trưởng giả Cấp Cô Độc lại nói: "Hôm nay cha cũng bận. Con đi nghe pháp thế cha. Lần này con cố nhớ một bài kệ về nói lại với cha. Cha sẽ cho con 200.000 đồng."

Lần này, vì muốn lãnh 200.000 đồng nên cậu cố gắng nghe và nhớ được bài kệ Phật dạy:

Các hành vô thường,
Là pháp sanh diệt.
Sanh diệt hết rồi,
Tịch diệt là vui.

Cậu về đọc lại cho cha nghe và lãnh tiền thưởng.

Tuần lễ sau nữa, ông trưởng giả Cấp Cô Độc lại gọi con trai đến và nói: "Hôm nay cha cũng bận việc, con đi nghe pháp thế cha. Nhưng lần này con cố gắng nghe trọn bài pháp về nói lại với cha, cha cho con 300.000 đồng."

Lần này cậu con trai ông Cấp Cô Độc muốn được 300.000 đồng nên cố gắng nghe. Nhưng càng nghe lại càng thấy hay, càng nghe lại càng thích thú và cậu đã giác ngộ nên lần này cậu về nhà không lấy tiền nữa mà cậu cảm ơn cha, nhờ cha mà cậu được nếm pháp vị cam lồ.

Cậu nói: "Ngày mai, nhà vua thỉnh Phật và thánh chúng vào cung cúng dường. Con xin được phép đi rước Phật và hầu Phật."

Hôm sau, ông Cấp Cô Độc thấy con ông đứng hầu sau Phật, có vẻ cung kính và trang nghiêm. Đức Phật biết ý, gọi ông Cấp Cô Độc nói rằng: "Con trai ông đã là đệ tử thuần thành của ta."

Ông Cấp Cô Độc nghe lời ấy, hoan hỷ, vui mừng, không ngờ con ông được chuyển hóa nhanh như thế.

Người con dâu kính Phật

Trích Soạn tập bách duyên kinh
- Nguyễn Minh Tiến Việt dịch

Lúc ấy, Phật ở gần thành *Tỳ-xá-ly*[1] với chư *tỳ-kheo*, trong vườn hoa gần bờ sông *Nhĩ-hầu*, nơi giảng đường được xây cất có nhiều tầng. Khi ấy, Phật đắp y mang bát, cùng với chư *tỳ-kheo* vào thành mà hóa trai,[2] đến nhà một vị trưởng giả tên là Sư Tử.[3]

---

[1] Tỳ-xá-ly (**Vaicāli**), Hán dịch là Quảng Nghiêm, là một thành lớn trong xứ Ấn Độ thời ấy.

[2] Tức là đi khất thực, mang bình bát đi đến từng nhà để tạo điều kiện cho bá tánh cúng dường thức ăn.

[3] Tiếng Phạn là Simha

Vị trưởng giả này có người con dâu tên là Danh Xưng.[1] Cô này nhìn thấy dung nhan của Phật oai nghiêm đẹp đẽ, đủ ba mươi hai tướng tốt, tám mươi vẻ đẹp, hào quang rạng chiếu rực rỡ quanh thân, liền lấy làm vui vẻ, hân hoan vô cùng.

Cô hỏi người cha chồng rằng: "Thưa cha! Có cách nào được dung mạo tốt đẹp, trang nghiêm như Phật chăng?"

Ông trưởng giả đáp rằng: "Nếu con có thể tu tập đầy đủ công đức, phát tâm vô thượng *Bồ-đề*, thì cũng sẽ được thân tướng, dung mạo trang nghiêm đẹp đẽ như đức Thế Tôn."

Người con dâu nghe rồi liền xin cha một số tiền lớn để thiết hội thỉnh Phật cúng dường. Cô cúng dường Phật xong, lại dùng các thứ hoa quý đẹp trang nghiêm mà tung lên không trung để cúng dường, xưng tán Phật. Những hoa ấy từ trên không trung rơi xuống liền tự kết thành một tán hoa rất lớn mà che trên đỉnh đầu của Phật, tùy khi Phật đi đứng, đều bay theo mà che phía trên Phật.

Cô Danh Xưng nhìn thấy phép mầu nhiệm ấy, lòng vui mừng không tả xiết, liền sụp xuống chí thành lễ Phật, phát lời đại nguyện rằng: "Nhờ công đức cúng dường hôm nay, trong đời vị lai tôi nguyện sẽ có thể vì những chúng sanh mù lòa mà cứu giúp cho được sáng mắt, vì những chúng sanh chẳng quy y Phật mà độ cho quy y, những chúng sanh không người cứu hộ sẽ được cứu hộ, những chúng sanh không được an ổn sẽ được an ổn, những chúng sanh chưa nhập *Niết-bàn* sẽ được nhập *Niết-bàn.*"

Khi ấy, Phật quán sát thấy cô phát lời nguyện lớn như vậy rồi liền mỉm cười, từ nơi trán, giữa hai lông mày phóng ra một đạo hào quang năm sắc chiếu khắp thế giới, hóa hiện đủ các màu sắc, bay quanh Phật ba vòng rồi lại theo chỗ trên trán Phật mà bay trở vào.

---

[1] Phiên âm tiếng Phạn là Gia-xô-ma-tý (Yacomati): nghĩa là có danh vọng, Hán dịch là Danh Xưng.

Khi ấy, *A-nan* bạch Phật rằng: "Như Lai là đấng tôn quý, chẳng vô cớ mà cười bao giờ. Nay vì nhân duyên gì mà Phật mỉm cười, xin giảng giải cho được biết."

Phật bảo *A-nan*: "Ngươi có nhìn thấy cô gái tên Danh Xưng đây cúng dường ta chăng?"

A-nan thưa: "Bạch Thế Tôn, con đã thấy."

Phật nói: "Nay cô gái này đã phát tâm *Bồ-đề* rộng lớn, nên trải qua ba *a-tăng-kỳ* kiếp nữa sẽ tu tập đủ các hạnh *Bồ Tát*, đầy đủ tâm đại bi, sáu phép *ba-la-mật*, sau cùng thành Phật hiệu là Bảo Ý,[1] hóa độ chúng sanh nhiều vô số. Vì nhân duyên ấy mà ta mỉm cười."

Khi nghe Phật thuyết nhân duyên thành Phật về sau của cô Danh Xưng, trong đại chúng có người được đắc quả *Tu-đà-hoàn*, có người đắc quả *Tư-đà-hàm*, có người đắc quả *A-na-hàm*, có người đắc quả *A-La-hán*. Lại có người phát tâm tu tập thành *Bích-chi* Phật, lại có người phát tâm vô thượng *Bồ-đề*.

Bốn đứa con

Cách đây hơn 2500 năm, vào thời đức Phật Thích-ca Mâu-ni còn đang thuyết pháp ở thế gian, có một vị nữ cư sĩ tại gia học Phật, rất chí thành tin tưởng và cung kính đức Như Lai. Mỗi buổi sáng bà đều đến cung kính lễ bái đức Phật, chưa bao giờ biếng nhác trễ nãi.

Một hôm, bà thỉnh đức Phật đến nhà để cúng dường. Đức Phật biết tâm ý của bà nên hỏi:

---

[1] Tiếng Phạn là Ratnamati, phiên âm là Lặc-na Ma-đề, Hán dịch là Bảo Ý (寶 意).

95

- Bà thiết lập trai đàn cúng dường Phật, muốn cầu phước báo gì?

Bà cư sĩ cung kính trả lời:

- Nếu được phước báo, con xin sinh được 4 đứa con.

- Tại sao bà lại muốn có 4 đứa con?

- Bạch Thế Tôn, nếu con có 4 đứa con, thì khi chúng nó khôn lớn, đứa đầu tiên sẽ buôn bán làm ăn, kiếm thật nhiều tiền; đứa thứ hai sẽ cày ruộng làm rẫy, mỗi năm gặt hái được nhiều thóc lúa; đứa thứ ba, con sẽ dạy nó cố gắng chăm chỉ học hành, tương lai làm quan vinh hiển tông môn; và đứa thứ tư thì con sẽ cho nó xuất gia học đạo, tu hành chứng thánh quả để tiếp độ cha mẹ cùng tất cả mọi người. Lúc ấy con sẽ hoàn toàn mãn nguyện.

Sau khi nghe bà nói ra những mong ước đó, đức Phật liền bảo:

- Phước đức cúng dường của bà rất lớn, bà sẽ được như ý.

Bà cư sĩ nghe vậy rất là vui mừng. Không bao lâu sau, quả nhiên bà thọ thai, rồi sinh được một đứa con trai. Đứa bé từ nhỏ đã thông minh lanh lợi, vượt xa những đứa trẻ khác, nên được cha mẹ hết lòng thương yêu cưng chiều.

Đứa bé theo thời gian lớn lên. Tuy người mẹ mong muốn có bốn đứa con, nhưng lạ thay bà không sinh thêm được người con nào nữa cả. Và rồi bao nhiêu tình thương của bà đều dồn hết về cho đứa con duy nhất này.

Ngày kia, trong khi vui chuyện, người mẹ kể cho đứa con nghe về việc cúng dường Phật ngày trước và ước nguyện sẽ sinh được bốn đứa con của mình. Bà cũng giải thích cho đứa con nghe lý do tại sao bà muốn như thế. Người con nghe mẹ kể xong thì ghi nhớ trong lòng không quên.

Lớn lên, tuy học hành thông minh xuất chúng nhưng cậu

không đi thi mà lại theo nghề buôn bán. Nhờ sự thông minh lanh lợi, không đầy một năm sau cậu đã thu được vô số tiền bạc tài sản, làm cho cha mẹ rất vui mừng. Rồi cậu thôi không buôn bán nữa, trở về nhà mua thật nhiều ruộng đất và làm nghề canh nông. Nhờ sự chuyên cần, chịu khó, siêng năng chăm bón tưới tiêu, nên ruộng đất nhà cậu luôn có mức thu hoạch hơn xa mọi người khác, hàng xóm láng giềng ai nấy đều khâm phục. Trong nhà nay đã có tài sản lại vừa có thóc gạo, gia đình cậu trở thành một nhà đại phú hộ.

Lúc ấy, muốn hoàn thành nguyện vọng thứ ba của mẹ, tức là có một đứa con làm quan để rạng rỡ tông môn, cậu mới xin cha mẹ cho mình được lều chõng đi thi. Vốn là một người thông minh uyên bác, nên cậu đỗ đầu khoa thi và được bổ làm quan lớn. Từ đó gia đình đã giàu sang lại càng thêm vinh hiển.

Nhưng mong ước thứ tư của mẹ cậu, và cũng là nguyện vọng lớn nhất của đời cậu vẫn chưa thành tựu. Vì thế, sau một năm làm quan, cậu thưa với cha mẹ rằng:

- Thưa cha mẹ, bốn điều mong ước của mẹ, con đã hoàn thành được ba. Bây giờ chỉ còn lại mong ước cuối cùng, hôm nay con xin được xuất gia để cho mẹ được hoàn toàn mãn nguyện.

Người mẹ nghe con mình xin xuất gia, trong lòng vô cùng mừng rỡ nên gật đầu ưng thuận ngay. Người con từ biệt cha mẹ, tìm đến đức Phật Thích-ca Mâu-ni xin được xuất gia làm sa-môn.

Nương nhờ công đức của Phật, cùng với thiện duyên sẵn có và công phu tinh tấn tu hành, chẳng bao lâu người con đã chứng được thánh quả, trở thành một vị đại A-la-hán. Đắc đạo xong, người trở về nhà hóa độ cho cha mẹ cùng rất nhiều người khác.

Chuyện thầy Dũng Mãnh

Xưa kia có một vị thiền sư tên là Diệu Pháp ở chùa Dư Sơn, tuổi đã ngoài bảy mươi. Một hôm, thiền sư đang ngồi niệm Phật trên bàn đá, bỗng thấy một người nhảy xuống suối tắm, cách thầy độ mười thước. Thầy đưa mắt nhìn một hồi lâu rồi than rằng:

- Bản tính chúng sanh chẳng phải là dữ, chỉ vì mê mà đến nỗi gây nên tội ác như kia, đời nay mắc lưới pháp luật, đời sau phải đọa vào tam đồ. Biết mấy kiếp mới ra khỏi.

Người đi tắm kia độ ba mươi tuổi, mắt to mày rậm, vai rộng lưng dài. Nghe câu nói của thiền sư tiếng được tiếng mất, vội vàng lên bờ mặc áo rồi đến hỏi:

- Tôi tắm can chi đến thầy, mà thầy lại rủa tôi chi chi, những là tam đồ, là độc ác?

Thầy Diệu Pháp đáp:

- Nam mô A-di-đà Phật, tôi là người tu hành, lẽ đâu sanh lòng nguyền rủa ai. Anh đừng ngờ vực mà mang lấy tội. Vì tôi thấy anh tai nạn sắp đến nơi, sẽ bị gông cùm khổ sở nên tôi thương xót, thở than một đôi lời, chứ không có ý gì ác cả.

- Thầy già lẫn quáng mắt, thầy sao biết được tai nạn của tôi mà nói càn như vậy?

- Anh thực là nóng nảy quá, tôi tu hành đã lâu năm, lẽ đâu phạm giới vọng ngữ. Khi vừa thấy anh tôi đã biết nghề anh làm không phải nghề lương thiện. Có nhân duyên thì có quả báo, anh còn mê nên không biết đó thôi. Ước chừng trong một tháng nữa, dù anh cao bay xa chạy thế nào cũng mắc lưới pháp luật.

Anh ta giật mình, chắp tay lạy thầy và nói:

- Thầy thực là một vị đại sư đoán không sai một mảy. Con tự biết lỗi đã nhiều, xin thầy liệu có phương pháp gì cứu con khỏi tai, khỏi nạn.

- Cứu khổ cứu nạn là bản nguyện của đức Bồ Tát Quán Thế Âm. Nhưng từ nay về sau anh phải biết cải hóa tự tâm, thường niệm danh hiệu ngài thì thế nào cũng thoát khỏi tai ách.

- Bạch thầy, ngài Quán Thế Âm Bồ Tát vì sao mà được phép mầu như vầy?

- Các vị Phật, các vị Bồ Tát cũng một tâm như ta cả, vì có công tu tập nên tâm ấy được hoàn toàn tấn hóa, rũ sạch các mê lầm và chứng được công đức vô lượng vô biên. Người đời cũng một tâm như vậy, nhưng vì không chịu tu tập nên bị màn vô minh bao phủ, dễ mắc vào lưới tham, sân, si, phải luân hồi mãi mãi. Cổ nhân có câu "Nhất thất nhân thân, vạn kiếp nan phục", nghĩa là một phen để mất thân người, muôn kiếp khó được lại. Như thế, được sanh làm người, nghe được pháp Phật mà không biết tu hành cho giải thoát thì uổng biết chừng nào. Lỡ ra làm điều tội lỗi rồi phải sa đọa vào địa ngục, ngạ quỷ, súc sanh thì muôn kiếp gỡ ra không khỏi. Anh nên nghe lời tôi, về nhà tự tu tự tỉnh, đừng để đến khi lửa cháy đến nơi thì dù có lo cũng không kịp nữa.

Anh nghe rồi, chào thầy đi về, ra tuồng hối hận. Vài hôm sau, khi thầy đang ngồi tọa thiền niệm Phật thấy một người đến trước mặt quỳ lạy ba lạy và xin quy y làm đệ tử.

Thầy hỏi:

- Anh có phải là người đi tắm hôm trước không? Anh quê quán ở đâu, suy nghiệm thế nào mà nay đến đây xin xuất gia theo Phật?

- Nam mô A-di-đà Phật, tên con là Dũng Mãnh, ở làng này vẫn là con nhà lương thiện, khi còn nhỏ cũng có theo học chút ít về Nho giáo. Nhưng chẳng may cha mẹ mất sớm không ai dạy bảo, rong chơi trong xóm, ngày ngày ham mê cờ bạc, bày mưu định kế gian xảo đủ cách, nên cửa nhà ngày càng sa sút. Khi ấy các bạn lại rủ rê thêm một nghề ăn trộm nữa. Lòng tham sẵn, chẳng biết đâu là phải trái, miễn được đồng tiền. Ban đầu còn e ngại rụt rè, đến sau tập dữ tánh thành, chỉ biết rình ngõ dò đường cho thành thuộc, nghĩ mưu mẹo cho khôn ngoan cốt lấy được nhiều tiền là sung sướng, chứ không biết gì nữa hết. Con ma tham dục đã dắt lối đưa đường, dù mưa gió lớn cũng ngồi chỗ xó vườn không biết chi lạnh lẽo. Một mực trèo tường, đào ngạch, khoét vách. Vào nơi hổ huyệt mà cũng không biết gì là nguy hiểm, dẫu được của như nước mà cũng không giàu có hơn ai.

Tháng ngày lần lữa, từ khi gặp thầy về nhà ngồi nghĩ lại những hành động ấy mà rùng mình rởn ốc.

Ôi! Vì tôi mà bao nhiêu người tan nát cửa nhà, vì tôi mà bao người đau lòng xót ruột, càng suy nghĩ càng thương, thương đến nỗi ước chừng của cải lấy được giá như có còn cũng sẽ đem trả lại.

Ngờ đâu ngẩn ngơ đôi ba ngày mà xem trong lưng gạo không tiền hết, con ma ích kỷ thúc dục bên tai tôi, cái đói đã tới kề bên tai. Thôi phải xếp đạo đức lại mà đi kiếm gạo.

Bấy lâu rình nhà bà Quản Oai là một nhà giàu có, đường xá thông thuộc cả rồi. Hôm nay lại mưa to gió lớn, trời tối như mực, cũng nên qua nhà ấy mà kiếm món tiền tiêu, thói cũ lại tuôn ra như nước.

Tôi bất giác vai mang đồ nghề bước ra, đi thẳng đến nhà bà Quản Oai, bấy giờ chỉ có một mẹ một con ở nhà nên tôi lách dậu, thuốc chó, rồi thì chắc có lẽ đêm ấy cũng được món tiền kha khá. Tôi lần bước đến gần, nhòm vào cửa thấy một người con gái trẻ đang ngồi tựa án, chong ngọn đèn khuya, đầu bù tóc rối ra dáng âu sầu khổ não.

Tôi đứng nép bên chái nhà chờ cho cô ta đi ngủ, ngờ đâu từ canh một tới canh tư mà thỉnh thoảng vẫn nghe có tiếng đi ra đi vào, tâm sự tôi đêm hôm ấy bối rối tợ tơ vò.

Khi nhớ đến lời thầy dạy thì muốn quay trở về mà cứ hễ cất bước đi thì con ma tham dục kéo dắt trở lại, không sao về được. Đêm khuya thanh vắng, nghe trong mình mỏi mệt nhường nào thì lòng tham lại thôi thúc chừng ấy. Khi sắp đến canh tư trong lòng tôi chỉ còn là một thằng ăn trộm hung dữ mà thôi, chứ không nhớ lời thầy dạy bảo nữa, rồi lại nhìn lối cửa sau một lần nữa cũng vẫn thấy cô ta còn thức. Khi bấy giờ giận tức nổi lên, tôi rút dao phá cửa quyết vào giết đi cho đáng kiếp. Giận thực là giận! Đến bây giờ tôi nghĩ lại thật là vô lý quá, nhưng khi đó lòng tham đã nổi lên còn biết chi là phải trái. Của người ta để trong rương đã nghĩ như của mình, thì người thức không cho mình lấy tức là phản đối mình, vì vậy mà giận, quyết giết người ta cho bằng được.

Ôi! Cái năng lực của con ma tham dục nghĩ mà ghê mà sợ. Một người đã được nghe lời phải biết hối hận như tôi mà còn tối tăm mù mịt, làm càn làm dở, huống chi ai ai. Thật đáng thương cho người còn mắc trong vòng tham dục.

Tôi vừa phá cửa vào thì người con gái ấy đứng dậy một cách tỉnh táo, bảo tôi rằng:

- Chú ơi! Chú cứu mẹ tôi với, mẹ tôi đau mệt, Thầy thuốc chạy cả chỉ còn một chút hơi thở thoi thóp mà thôi. Anh tôi đi xa, tin không về kịp, không biết làm sao bây giờ. Chú có phương chi cứu mẹ tôi thì dù bổ đầu lấy não, mổ bụng lấy gan tôi, tôi cũng đành lòng chết thay cho mẹ. Xin chú làm ơn cứu mẹ tôi với!

Lúc ấy kỳ thực cô ấy chỉ biết có mẹ đau mệt, gặp ai thì xin cứu mạng chứ không còn biết chi nữa cả. Tôi thấy lòng cô ấy chí hiếu như vậy cũng cảm động sa nước mắt. Sực nhớ lời thầy dặn, tôi liền khuyên cô ta đặt bàn thờ giữa sân mà niệm danh hiệu đức Bồ Tát Quán Thế Âm, cầu ngài linh ứng cứu cho bà mẹ cô ấy.

Cô ta nghe lời mừng rỡ khôn xiết, đặt hương án ngoài sân, khấn quỳ niệm Phật, lại nhờ tôi ngồi bên trong trông chừng giúp bà mẹ cô ta.

Tôi nghĩ cũng ngán ngẩm, ai ngờ trong đời lại có người lạ như thế, ăn trộm đã phá cửa vào nhà, không kêu la cầu cứu thì thôi, lại giao cả nhà cửa tài sản cho người ăn trộm nữa.

Cô ấy quỳ niệm Phật ngoài sân, đêm hôm tối tăm lại thêm mưa gió lạnh lẽo mà không hề lay động, thực là chí thành chí kính.

Khi ấy giá tôi muốn lấy của, dù vơ nhặt cả tài sản cũng không ai biết, nhưng tôi thấy người con gái hiếu hạnh như vậy, nghĩ đến phận mình làm trai càng thêm tủi hổ, lòng tham của tôi đã tiêu tan hết, tôi chỉ còn nghĩ thân người cũng như thân mình, lo trông nom bà mẹ cô ta chứ không còn nghĩ đến tiền bạc nữa.

Tôi sực nhớ tới thầy là một vị cao tăng đạo đức, mới thấy tôi mà đã rõ biết cả đầu đuôi gốc ngọn, chắc ai cầu khẩn chuyện chi thầy cũng hiểu rõ, nên tôi cả đêm cầu thầy cứu mạng cho bà Quản Oai kẻo tội nghiệp quá.

Quả nhiên đến khi gần sáng có một vị đạo nhân trong chùa ra đưa cho cô con gái quỳ ngoài sân một chén thuốc. Thuốc đó linh nghiệm hết sức, vừa đổ vào miệng là bà Quản Oai đã hắt hơi thở ra thật mạnh, chân tay nóng lên rồi mở mắt ra một cách tỉnh táo. Bà bảo người con gái: "Con ơi! Ngờ đâu mẹ còn sống được để trông thấy mặt con."

Bà lại chỉ tôi mà hỏi: "Có phải nhờ chú này mà mẹ sống lại chăng?" Cô gái thưa: "Phải." Bà bảo con gái lạy tạ ơn rồi nói:

"Mẹ trông chú này cũng thiếu túng lắm, con hãy vào trong nhà lấy một món tiền lớn đưa cho chú về tiêu dùng. Người sống hơn đống vàng, con đừng suy ít tính nhiều mà mang lấy tội. Chú túng cũng như mình túng, con lấy mau mang ra đây để chú còn về nghỉ kẻo chú thức khuya mỏi mệt."

Tôi liền đáp:

- Chút công nhỏ mọn đâu dám kể ơn, bà sống lại đây là nhờ lòng hiếu hạnh của cô em chí thành cầu nguyện cảm động đến chư Phật. Tôi không giấu chi bà, tôi chính là một thằng ăn trộm, khi tôi phá cửa vào nhà thấy cô em chí hiếu, cảm phục bội phần nên không nỡ ra tay. Một đêm tôi đã giác ngộ được rồi, muôn sự lỗi lầm từ trước xin sám hối. Từ nay nhất định cắt tóc đi tu, của cải thế gian tôi không cần dùng làm chi nữa mà bà phải đền ơn đáp nghĩa.

Thưa thầy, sau khi từ giã hai mẹ con bà Quản Oai, tôi đi một mạch đến đây để bạch thầy xin xuất gia học Phật. Tôi xét lại ăn năn hết sức, người ta cũng một tâm ấy mà sao lại hiếu hạnh khiêm cung, mình cũng một tâm ấy mà sao lại gian tham độc ác. Nói rộng ra, Phật cũng một tâm ấy mà sao lại từ bi, hỉ xả, nhu hòa, nhẫn nhục, công đức vô lượng vô biên, tôi cũng một tâm ấy mà sao lại tham sân si hiểm độc, ích kỷ hại người, tội ác vô cùng tận. Như vậy nghĩ mà ghê gớm cho tâm mình, muốn bỏ cái tâm như thế đi, rồi tu theo cái tâm tốt lành như của chư Phật.

Thưa thầy, tôi đã trình bày đầu đuôi gốc ngọn, muôn sự về trước đều xin sám hối cả, xin thầy tin lòng mà thu nhận làm đồ đệ, tôi nguyện một lòng theo lời thầy dạy bảo, dù muôn thác cũng không chối từ.

Đại sư yên lặng hồi lâu rồi nhẹ nhàng bảo:

- Tập quán anh đã nhiều đời nhiều kiếp, giới luật nhà Phật e về sau anh không theo nổi. Nhưng anh đã nguyện rằng tôi bảo chi dù muôn thác cũng không từ nan. Vậy tôi thử bảo anh một việc.

Kìa cây đại thọ trước cửa chùa, anh hãy trèo lên chót cây rồi nhảy xuống đất. Làm được như vậy tôi mới tin lòng anh và truyền pháp cho anh tu tập.

- Con xin vâng lời thầy dạy.

Cây đại thọ cao ước chừng ba mươi thước, Dũng Mãnh trèo tới ngọn liền nhắm mắt, miệng niệm Nam mô A-di-đà Phật rồi nhảy xuống, khi ấy nghe trong mình nhẹ nhàng như bấc, hình như có ai bồng đỡ. Khi hai chân chấm đất, Dũng Mãnh mở mắt ra đã thấy thầy đứng trước mặt. Dũng Mãnh sụp xuống lạy, đại sư liền đỡ dậy và khen:

- Lòng anh đã quyết định như vậy, lo chi không thành chánh quả.

Sau đó thầy liền làm lễ thế phát, truyền giới và dạy Dũng Mãnh ngồi kiết già niệm Phật theo phép Nhất Hạnh tam muội.

Dũng Mãnh nhờ túc căn đã sẵn, nghe giảng đến đâu thấu hiểu đến đó, vừa thọ pháp xong liền tạ ơn thầy và thưa:

- Con nhiều kiếp nhiều đời, mê lầm trong bể khổ, nay nhờ thầy chỉ bảo đã biết đường tu tập. Nhưng con trộm nghĩ con còn phải mang lốt Dũng Mãnh này thì dù có cao đàm diệu luận đến đâu cũng khó lòng phát khởi tín tâm cho thế gian được. Vậy con xin phép thầy tọa thiền niệm Phật dưới gốc cây này cho đến khi nghiệp chướng tiêu diệt, thực tướng hiện tiền, bỏ thân này mà vãng sanh Tịnh độ, về sau may ra mừng Phật thọ ký, con cũng nguyện phân thân trở lại xứ này để cùng thầy rộng truyền pháp Phật.

Đại sư bảo:

- Như con cố gắng trì niệm, tinh tiến tu hành, thì lo chi không chứng quả vãng sanh Cực Lạc.

Từ đấy, mỗi ngày đại sư thường chỉ dẫn cho Dũng Mãnh tu tập. Trong bảy ngày đêm Dũng Mãnh ngồi kiết già nhập định, đến ngày chót phá màn vô minh thấy được chơn như bản tánh, Dũng Mãnh tự biết mình sắp về Tịnh độ, nên đến đảnh lễ tôn sư, từ giã đạo hữu.

Trưa hôm sau cả tăng ni, đạo hữu trong chùa đều đến hộ niệm, bổn đạo xa gần nghe tin đến xem đông vô kể.

Thầy Dũng Mãnh ngồi kiết già, chắp tay niệm bài kệ rằng:

Xem khắp pháp giới,
Vốn không một vật.
Buông đao tỉnh mộng,
Sừng sững thành Phật.

(Biến quan pháp giới,

Bản vô nhất vật.

Phóng hạ đồ đao,

Lập địa thành Phật.)

Đọc bài kệ rồi, trời đã đúng ngọ. Thầy Dũng Mãnh an nhiên nhập định. Bỗng nghe có mùi hương bát ngát, hào quang chiếu sáng ngời, tăng ni, đạo chúng lại sờ mình thầy Dũng Mãnh thấy đã viên tịch.

Nhìn cây đại thọ trước cửa chùa, cành lá đều ửng sắc vàng, các thứ chim tụ về kêu nhịp nhàng như là niệm Phật, niệm Pháp, niệm Tăng.

Hơn ba ngày bầy chim mới giải tán.

Dứt bỏ ảo tình

Từ khi Phật Thích-ca Mâu-ni đến thành Xá-vệ thuyết pháp, giáo hóa đại chúng thì nhân dân toàn thành này trở nên có đạo đức, lễ độ, lại biết thương yêu giúp đỡ lẫn nhau, khiến cho nước Xá-vệ biến thành một xứ an lạc.

Tin này truyền đi gần xa, có một số người khác đạo ở nước La-kiệt-kỳ rất khâm phục đức Phật, liền không quản đường xa, cố tìm đến nước Xá-vệ để cầu Phật dạy bảo. Nhưng trong khi chưa gặp được đức Phật thì bỗng xảy ra một chuyện rất trái ý ở giữa đường.

Số là nước Xá-vệ ở vào xứ nóng, thường có nhiều rắn độc, một khi rắn đã cắn phải người nào thì người ấy tức khắc chết ngay, không có cách nào cứu sống được.

Hôm đó, một người khách xa vừa tới ngoài thành, ngồi nghỉ dưới bóng cổ thụ, nhìn bên đường thấy có hai người, một già một trẻ đang cuốc đất. Bỗng đâu có con rắn độc núp trong cỏ phóng ra mổ chết người trẻ tuổi, người già bỏ cuốc chạy lại. Thấy người trẻ tuổi đã tắt thở thì hơi lộ nét buồn rồi thản nhiên quay lại chỗ cũ cuốc đất.

Người khách xa thấy thái độ ấy làm lạ, liền tiến lại bên cạnh ông già mà hỏi rằng:

- Này cụ! Thanh niên vừa chết kia có là con cháu hay là gia nhân nhà cụ?

Ông già đáp một cách tự nhiên:

- Nó là con tôi.

- Ủa, lệnh lang bị rắn cắn chết sao cụ lại không kêu gào khóc lóc thảm thiết như người xứ chúng tôi thường làm?

- Nó là con trai tôi thật, nhưng bây giờ đã chết rồi. Thiết tưởng dù có khóc than chỉ là thêm phiền não mà cũng chẳng cứu sống lại được. Vậy khóc than có ích lợi gì?

Trầm ngâm một lúc, ông lão nói tiếp:

- Ông ạ! Con người ở đời trước sau thế nào cũng chết, khác nào như mọi sự vật, có thành tựu thời phải có hoại không, đó là hiện tượng tự nhiên của tuần hoàn, nếu lúc sống gây nhiều nhân thiện thì sau có báo ứng tốt, nhược bằng gây nhiều nhân ác thì có ác báo không sai. Còn nay đã chết rồi, thì dù có làm gì chăng nữa cũng là thừa.

Ông già nói xong thấy khách thừ người ra suy nghĩ liền hỏi:

- Phải chăng ông định vào thành? Tôi muốn cảm phiền nhờ ông giúp cho một việc, phỏng có được không?

- Có việc gì xin cụ cứ nói!

- Thế thì hay lắm! Này, nhà tôi ở ngay cổng thành đi vào, rẽ sang bên phải bỏ gian đầu đến gian thứ hai ấy là nhà tôi. Vậy xin ông khi đi qua đó, ghé vào nói giúp với bà nhà tôi rằng đứa con đã chết, vậy trưa nay chỉ đem một xuất cơm cho tôi ăn mà thôi.

Người khách nghe ông già dặn thì sửng cả người, vừa đi vừa tự nghĩ: "Ông già này keo kiệt quá, con trai đã chết mà còn đếm xỉa đến cả bữa cơm. Thật cả thế gian này cũng không đâu có người cha như thế!" Kịp khi qua cửa thành, rẽ sang bên phải, đến gian nhà thứ hai, quả nhiên thấy một bà cụ đứng ở ngoài cửa. Người khách liền chào và nói:

- Thưa bà, con trai bà bị rắn cắn chết, ông có nhắn tôi về bảo bà chỉ cần đem một suất cơm cho ông thôi.

Bà nghe khách nói xong thì tỏ vẻ buồn rầu thoáng qua nét mặt rồi trân trọng cảm tạ khách. Người khách lấy làm lạ lùng hết sức và tự hỏi: "Tại sao bà nghe tin con chết mà không kinh hoảng chút nào?" Không kiềm được sự tò mò, liền hỏi luôn:

- Này bà, xin thứ lỗi cho tôi hỏi câu đường đột: Bà không thương xót lệnh lang hay sao?

Bà lão thong thả đáp:

- Thưa ông! Cái đạo con cái với cha mẹ là tự túc nhân nghiệp báo nên mới có sự thác sinh vào nhà chứ không phải là do cha mẹ mời vào mà được. Đến khi chết cũng là do mãn nhân, mãn nghiệp mà đi, nên cũng không thể lưu lại được. Cha mẹ khác nào như người chủ quán trọ, chiều nay có khách lại nghỉ, sáng mai hay ngày kia khách lại ra đi, chủ quán không thể lưu lại. Ấy sự liên quan giữa cha mẹ và con cái cũng như thế. Vậy thì có thương tiếc hay kêu gào khóc lóc liệu có thể cứu sống được người đã chết không? Hay chỉ là gây thêm phiền não mà chẳng có ích gì?

Nghe câu trả lời của bà cụ, người khách rất hoang mang cho rằng vợ chồng ông già này quả thật xứng đôi vừa lứa. Cả hai đều có một tấm lòng sắt đá giống nhau. Giữa lúc này, từ phía trong nhà, một người con gái đi ra, bà lão giới thiệu là chị gái của người vừa chết. Khách liền hỏi ngay:

- Em trai cô vừa bị rắn cắn chết, chắc cô thương xót lắm nhỉ?

- Thương xót là lẽ thường, nhưng thương xót có thể cứu em tôi sống lại được chăng? Tôi tưởng: Chị em một nhà, khác nào như các cây gỗ ở rừng hạ xuống đóng thành cái bè rồi thả vào nước cho trôi. Nếu sông hồ phẳng lặng thì bè trôi mãi, bằng có cơn phong ba bão táp nổi lên đánh tan chiếc bè thì mỗi cây trôi đi mỗi ngả, có bao giờ còn hy vọng lắp lại liền với nhau? Tình chị em cũng thế. Đó là nhân duyên kiếp trước hợp rồi sinh vào một cửa. Tuổi thọ cũng tùy nghiệp báo, có người ngắn có người dài, và ngày chết cũng là vô thường, không sao biết trước được. Nay em tôi chết, mặc dù tôi là chị nó, nhưng có làm gì được đâu? Huống chi là khóc với lóc, có phải không ông?

Người này đang nói, bỗng ở đằng sau, thấy một người đàn bà nữa tiến ra, khi nghe cô chị nói xong thì kêu lên:

- Thế ra chồng tôi đã chết rồi sao?

- Đúng đấy! Chồng bà đã bị rắn cắn chết ở ngoài đồng. Vậy bà đau buồn lắm thì phải?

- Thưa ông! Chồng chết thì ai không đau buồn. Nhưng cái đạo vợ chồng ở đời khác nào như đôi chim trong rừng, tối đến cùng ngủ một cành, sáng ngày lại bay đi kiếm ăn, nếu có duyên thì trở về cùng nhau, nhược bằng gặp tai họa thì mỗi con bay đi một ngả. Ấy nghĩa vợ chồng ở đời là thế, mỗi người có một nghiệp lực riêng, không làm sao mà nói được rằng: Chồng chết thay cho vợ, hay vợ chết thay cho chồng. Như thế khóc lóc phỏng có ích gì?

Người khách nghe lời mọi người trong gia đình này nói ra thì lòng sanh hoài nghi cho thế tục nhân tâm ở xứ này, liền hối hận đã mất công tìm đến xứ này để học cái hay cái tốt của đức Phật giáo hóa dân chúng; nào ngờ dân chúng như thế hỏi còn học được cái gì ở đây? Chi bằng lui gót trở về quê hương xứ sở là hơn.

Nhưng hồi lâu lại nghĩ: "Nay ta chưa được gặp đức Phật đã nóng nảy phê bình một vài thái độ của người dân, rồi vội vã quay về, như thế là hành động nông nổi chưa chín chắn, chắc sau này có điều phải ân hận. Vậy ta phải đến thẳng tinh xá tại Kỳ Viên để gặp đức Phật rồi sẽ hay. Nghĩ rồi, người khách đi thẳng đến tinh xá và xin vào ra mắt Phật.

Khi nhìn thấy Phật, khách khoanh tay cúi đầu thi lễ, đoạn lui sang ngồi một bên, lặng yên không nói gì. Đức Phật hiểu thấu những suy nghĩ trong lòng ông ta, nhưng cũng cất tiếng từ bi hỏi:

- Tại sao ông nay lại có dáng vẻ buồn rầu như thế?

Người khách đáp:

- Bạch Thế Tôn, nhân vì con hy vọng một việc mà chưa được như ý nên trong lòng con không được vui.

- Có việc gì trái với bản tâm thì nên nói ra, không nên để trong lòng phải ưu sầu, không giải quyết được việc gì hết!

Lúc đó người khách mới thuật hết đầu đuôi câu chuyện đã gặp ở ngoài thành. Cuối cùng, khách phê bình thái độ của gia đình nông dân ấy là trái với tình đời.

Đức Phật nghe xong mỉm cười, dạy rằng:

- Điều mà viễn khách cho rằng trái với tình đời là thuộc về nhân tính. Còn chân lý thì không những không theo nhân tính mà còn phải dẹp bỏ nhân tính cho đến hết. Đó mới thực là điều khẩn yếu của kẻ tu hành xuất gia.

Dừng một chút, rồi ngài nói tiếp:

- Vì ông chưa hiểu được chân lý, nên thấy gia đình nhà nông kia hành động như thế thì vội cho là trái tình đời. Nhưng đứng về mặt chân lý mà xét, thì những người ấy quả nhiên là không có hành động lỗi lầm, vì họ biết rõ thế nào là cuộc đời vô thường, nghĩa là con người đời không thể nào nắm giữ vĩnh viễn được cái sắc thân làm sinh mạng của mình. Hãy xem từ xưa tới nay, dù là phàm hay thánh cũng không ai có thể tránh được cái chết.

Nếu vì một cái chết mà cả nhà theo nhau khóc lóc đến phát đau, phát ốm thì sự khóc lóc ấy hỏi có ích lợi gì cho cả người sống lẫn người chết? Vả chăng, con người ngay từ lúc sơ sinh đã nắm chắc cái chết trong tay rồi. Nay thấy sự chết mà phiền não trong lòng thì rõ là mê hoặc, chưa hiểu được lẽ sống chết. Nên biết rằng sống và chết là hai đầu mối luôn luôn tiếp diễn và luân chuyển không lúc nào ngừng. Khi biết rõ được như thế là đã giải thoát rồi.

Người khách nghe đức Phật giảng giải thì lòng bỗng nhiên tỉnh ngộ. Liền nguyện ở lại làm đệ tử Phật và qui y Phật pháp tức thì. Người khách này về sau trở nên một vị tỳ-kheo rất tinh tấn.

La-hầu-la xuất gia

Lúc đức Phật còn tại thế, một hôm bảo Ngài Mục-kiền-liên rằng: "Ông hãy về thành Ca-tỳ-la-vệ kính thăm phụ vương, thúc phụ và bà di mẫu của ta, ủy dụ mẹ của La-hầu-la hãy cắt tình ân ái cho La-hầu-la xuất gia làm sa-di. Tình ân ái giữa mẹ con thương nhau chỉ trong giây lát, chết rồi bị đọa vào địa ngục, không bao giờ được biết nhau. Nếu La-hầu-la xuất gia chứng đạo thì sẽ trở lại hóa độ cho mẹ, trọn đời ra khỏi luân hồi sanh tử như ta ngày nay vậy."

Ngài Mục-kiền-liên vâng lời đến thành Ca-tỳ-la-vệ trình bày ý định của đức Phật. Bà Da-du Đà-la nghe tin có sứ giả của đức Phật đến khuyên La-hầu-la xuất gia, liền đem con lên trên một lầu cao và đóng hết tất cả ngõ vào. Ngài Mục-kiền-liên liền dùng thần thông vào tiếp kiến, bà Gia-du-đà-la bất đắc dĩ phải làm lễ kính thăm đức Thế Tôn và hỏi sứ mệnh của Ngài đến đây có việc gì. Ngài Mục-kiền-liên nói rằng: "Thái tử La-hầu-la nay đã chín tuổi, nên cho xuất gia tu học Thánh đạo để tự giải thoát và giải thoát cho mọi người. Chính bổn ý của đức Phật là như vậy."

Bà Da-du Đà-la đáp: "Đức Thích Ca Như Lai khi còn làm thái tử đã cưới tôi làm vợ, tôi phụng thờ thái tử như phụng thờ một vị thiên thần. Chưa được ba năm, thái tử vượt thành xuất gia tu đạo, lòng tôi đau khổ biết bao. Tự nghĩ sau khi thái tử thành đạo, chắc có thể cùng nhau tương kiến. Nhưng từ khi ngài thành đạo, hoàn toàn quên hết tình xưa nghĩa cũ đối với những người thân, lạt lẽo hơn người dưng nước lã, khiến tôi phải sống cô độc khốn cùng. Ngày nay ngài lại muốn chiếm đoạt cả con tôi, thời còn gì tàn khốc hơn nữa. Thái tử thành đạo tự nói là từ bi, nhưng nay làm cách biệt mẹ con tôi thì từ bi của ngài ở chỗ nào? Mong ngài hãy trở về thưa lên đức Thế Tôn nỗi lòng của tôi như thế."

Đức Mục-kiền-liên liền từ tạ, đến kể lại câu chuyện cho vua Tịnh Phạn biết. Vua liền bảo bà Ma-ha Ba-xà-ba-đề đến khuyên nhủ nàng Da-du Đà-la. Bà đến khuyên ba lần, nàng nhất quyết không nghe và thưa rằng: "Ngày tôi còn ở nhà, vua của tám nước tranh nhau đến cầu hôn tôi, cha mẹ tôi đều từ chối, để dành riêng tôi cho thái tử là bậc xuất chúng hơn người. Nếu thái tử không muốn ở đời, thì ân cần cầu tôi làm gì? Phàm ở đời, lập gia đình thành vợ thành chồng, đều mong có con cháu nối giòng, đó là lẽ chính ở đời. Thái tử đã đành tâm đi rồi, nay lại muốn đem La-hầu-la đi, cho tuyệt hẳn giòng dõi truyền nối thì còn có nghĩa lý gì nữa."

Bà Ma-ha Ba-xà-ba-đề liền im lặng không biết nói gì. Đức Phật hiểu được tâm trạng câu chấp và buồn khổ của nàng Da-du Đà-la, liền dùng vị hóa nhơn đến nói rằng: "Nàng còn nhớ thệ nguyện của nàng không? Thời ta còn làm vị Bồ Tát lấy 500 đồng tiền mua 5 bông sen của nàng để dâng cúng đức Phật Định Quang, nàng còn gửi hai bông sen nhờ ta dâng cúng Phật, và cầu xin đời đời kiếp kiếp làm vợ của ta. Ta có nói với nàng: Ta là vị Bồ Tát, có nguyện bố thí tất cả, nếu nàng muốn làm vợ ta thì nếu ta có bố thí cả quốc thành thê tử cho đến tự thân, nàng phải hoan hỷ. Nàng đã hứa cùng ta rồi, sao nay nàng lại thương tiếc La-hầu-la không muốn rời bỏ."

Nàng Da-du Đà-la nghe nói liền biết sự lỗi lầm của mình, làm lễ sám hối với ngài Mục-kiền-liên, ân cần giao phó cho ngài, và khóc lóc từ biệt con. La-hầu-la biết mẹ sầu muộn liền khuyên giải mẹ và từ tạ mà đi. Vua Tịnh Phạn liền bảo các nhà hào tộc, mỗi nhà cử cho một người con trai cùng xuất gia với La-hầu-la.

La-hầu-la cùng với 50 vị công tử đến đảnh lễ đức Phật. Đức Phật sai ngài A Nan cắt tóc cho La-hầu-la và 50 vị công tử, cho xuất gia; bảo ngài Xá-lợi-phất làm Hòa thượng, Ngài Mục-kiền-liên làm A-xà-lê truyền trao 10 giới sa-di. Đức Phật giảng kinh Phiến-đà-la nói về tội báo các đời trước cho các vị sa-di nghe.

La-hầu-la nghe kinh, trong lòng lấy làm ưu sầu, bạch Phật rằng: Bậc Hòa thượng đại trí đức, thọ lãnh các món cúng dường tối thượng, kẻ tiểu nhi ngu mà không có đức, ăn đồ tín thí của người, đời sau chịu khổ như Phiến-đà-la. Vậy nên chúng con rất lo lắng, nguyện Phật cho chúng con bỏ đạo về nhà để khỏi các tội lỗi.”

Đức Phật dạy: “Như có hai người bị đói, gặp được người chủ đãi bữa cơm ngon, tham ăn quá no. Một người có trí, liền uống thuốc xổ, gìn giữ nghỉ ngơi nên giữ được mạng sống. Một người vô trí sát sanh tế lễ để cầu được sống, không ngờ đồ ăn chất chứa không tiêu nên phải chết, đọa vào cõi địa ngục. Người sợ tội mà xin bỏ đạo về nhà thật là kẻ vô trí. Các con đã có nhơn lành được gặp ta thì nên uống thuốc cứu khổ, thời khỏi phải chết.”

La-hầu-la nghe lời Phật dạy, hiểu rõ chơn nghĩa của sự tu hành, đảnh lễ chân thật, vâng theo lời giáo huấn của đức Thế Tôn.

La-hầu-la chưa chứng đạo, nên tâm tánh còn thô tháo chưa được thuần thục, lời nói ít thành tín.

Một hôm, Phật bảo La-hầu-la: "Ngươi hãy về ở tại tịnh xá Hiền-đề, giữ lời nhiếp ý, siêng tu kinh giới."

La-hầu-la vâng theo lời Phật dạy, về ở tịnh xá Hiền-đề 90 ngày, tàm quý tự hối, ngày đêm không dừng nghỉ. Đức Phật đến thăm, La-hầu-la hoan hỷ đảnh lễ, sửa soạn chỗ ngồi thỉnh Phật an tọa, nhiếp tâm đứng hầu một bên Phật. Phật bảo La-hầu-la:

- Ngươi hãy bưng chậu nước đến đây, rửa chân cho ta.

La-hầu-la vâng lời rửa chân đức Phật. Khi rửa xong đức Phật bảo La-hầu-la:

- Ngươi có thấy nước rửa chân trong chậu kia không?

- Bạch Thế Tôn, con thấy.

- Nước ấy có thể dùng để ăn uống súc miệng được không?

- Bạch Thế Tôn, không thể được. Nước ấy trước kia trong sạch, nay vì rửa chân trở thành nhớp đục nên không thể dùng.

Phật dạy:

- Ngươi cũng như vậy, là con ta, là cháu vua Tịnh Phạn, bỏ sự vui sướng ở đời, làm vị sa-môn. Nếu không tinh tấn, nhiếp thân giữ miệng thì sẽ bị ba món độc là tham sân si làm nhơ nhớp tâm ý, cũng như nước kia không thể dùng được.

Phật lại bảo La-hầu-la:

- Hãy đổ chậu nước kia đi.

La-hầu-la liền đổ nước trong chậu.

Phật dạy:

- Chậu kia không còn nước nhớp nữa, vậy có thể đựng đồ ăn uống được không?

- Bạch Thế Tôn, không thể dùng được, vì đã mang cái tên chậu đựng nước rửa và đã từng chứa nước không sạch.

Phật dạy La-hầu-la:

- Ngươi cũng như vậy, tuy làm vị sa-môn, miệng không nói thành tín, tâm tánh lại cang cường, chẳng niệm tinh tấn, thường bị tiếng đồn không tốt. Thật cũng như cái chậu rửa kia không thể đựng đồ ăn được.

Đức Phật lại lấy ngón chân hất cái chậu rửa, khiến chạy lăn tròn, nghiêng qua nghiêng lại vài lần rồi mới dừng lại. Phật lại hỏi La-hầu-la:

- Ngươi có tiếc cái chậu này bị bể không?

- Bạch Thế Tôn, cái chậu để rửa chân là vật không quý giá gì. Trong ý tuy cũng có tiếc đôi chút, nhưng không đến nỗi thiết tha lắm.

Phật bảo La-hầu-la:

- Ngươi cũng như vậy, tuy là sa-môn, nhưng nếu không nhiếp thân và miệng, nói lời thô ác làm hại nhiều người, thời trong chúng không ai thương, người tri thức không ai tiếc, thân chết bị luân chuyển trong ba đường dữ, sống chết vô lượng, các vị Hiền Thánh không ai thương tiếc, cũng như ngươi nói không tiếc cái chậu vậy.

La-hầu-la nghe lời Phật dạy lấy làm hổ thẹn và sám hối tất cả lỗi lầm đã phạm.

Một chút lửa địa ngục

Thuở xưa, khi đức Phật Thích-ca Mâu-ni còn tại thế, lúc nào Ngài cũng đem giáo pháp nhiệm mầu ban bố cho chúng sanh, từ hàng vua chúa quan quyền cho đến thứ dân đều thấm nhuần Pháp bảo. Do đó, khi bóng ngài xuất hiện nơi đâu là mang theo cảnh thái bình an lạc đến đấy.

Ngài thường ngự nơi tinh xá Kỳ Viên, một tòng lâm vĩ đại của Trưởng giả Cấp Cô Độc, vùng vườn cây cổ thụ xanh tươi củaThái tử Kỳ-đà.

Chung quanh Ngài lúc nào cũng có đại chúng tỳ-kheo tăng và các vị đại đệ tử uy danh lừng lẫy. Nổi bật nhất là ngài Đại Mục-kiền-liên thần thông biến hóa vô cùng, có thể di sơn đảo hải hoặc ngự lên cung trời, bay xuống địa ngục dễ dàng như trở bàn tay.

Một hôm đại đức Mục-kiền-liên muốn vào cõi địa ngục để xem chúng sanh thọ hình khổ sở đến mức nào.

Sau khi đảnh lễ từ giã đức Phật, ngài liền dùng thần thông bay thẳng vào cõi địa ngục. Ngài chứng kiến những cảnh tội nhân rên siết rất đau đớn khổ sở từ địa ngục nhỏ cho đến địa ngục lớn như địa ngục A-tỳ.

Khi đại đức ngự đến đâu, do oai lực của Ngài, các tội nhân được giảm tội và dừng hình phạt trong giờ phút ấy. Những đống lửa đang cháy ngùn ngụt bỗng dưng tắt hẳn. Một hoa sen lớn bằng bánh xe hiện ra, đại đức Mục-kiền-liên đến ngồi an ổn trên đóa sen tươi ấy.

Các tội nhân vô cùng mừng rỡ khi được thấy hình ảnh uy nghi của đại đức Mục-kiền-liên, tất cả chạy đến vây quanh ngài, quỳ xuống thành kính đảnh lễ. Một tội nhân bạch hỏi:

- Bạch ngài, ngài từ đâu đến đây?

Đại đức Mục-kiền-liên đáp:

- Bần tăng từ thế giới loài người đến đây.

Các tội nhân khi nghe đại đức đáp như thế, lấy làm mừng rỡ, mỗi người kể trường hợp khổ đau của mình, xin đại đức hoan hỷ báo cho thân bằng quyến thuộc của họ được biết họ đang ở trong địa ngục, khổ sở lắm, rất thương nhớ quyến thuộc. Xin thân bằng quyến thuộc hãy vui lòng bố thí, làm phước, cúng dường chư tăng rồi hồi hướng phước báu đến họ.

116

Đại đức Mục-kiền-liên hoan hỷ nhận lời, hứa sẽ nhắn lại cho các thân nhân từng trường hợp một. Sau đó, ngài dùng thần thông thử lấy một chút lửa địa ngục bằng hạt cải gói trong chéo y của ngài rồi trở về thế gian.

Khi trở về cõi Ta-bà, đại đức Mục-kiền-liên thông báo ngay cho thân bằng quyến thuộc của các tội nhân. Hay tin dữ, các thân bằng quyến thuộc than khóc vô cùng thảm thiết. Khi sự đau buồn lắng dịu một phần nào, họ liền tổ chức một buổi lễ trai tăng rất long trọng để hồi hướng phước báu cho những thân nhân đã quá vãng, dưới sự chứng minh tối thượng của đức Phật và đại đức Mục-kiền-liên cùng với chư tăng.

Nhờ oai lực chú nguyện của đức Phật và chư tăng, các tội nhân được thọ lãnh phần phước báu, được thoát khổ cùng được thọ sanh nơi tiên cảnh.

Sau đó đại đức Mục-kiền-liên dùng thần thông bay lên cõi Trời, với ý định quán sát sự an vui và hỷ lạc của chư thiên ở cõi Trời.

Ngài ung dung thưởng ngoạn cảnh vui tươi của cung trời Đao-lợi. Lúc ấy chư thiên trong sáu cõi Trời đang sống vui hạnh phúc. Bỗng dưng họ cảm thấy nóng bức khó chịu phi thường, cất tiếng hét vang rần vì bị sức nóng của lửa địa ngục toát ra do đại đức Mục-kiền-liên mang theo trong chéo y của ngài.

Đức Thiên Vương thấu hiểu nguyên nhân khiến cho chư thiên nóng bức, khó chịu đến như thế liền đến trình bày cho đại đức Mục-kiền-liên hiểu tình trạng đã xảy ra.

Đại đức Mục-kiền-liên thầm nhủ rằng: "Chư Thiên nóng bức khó chịu, náo loạn thiên cung thế này chỉ do một chút lửa địa ngục ta mang đến đây. Bây giờ phải ném lửa này vào đâu? Nếu ta ném xuống mặt đất thì mọi vật trên thế gian sẽ bị thiêu hủy hết. Nếu ta ném xuống biển cả thì biển sẽ cạn nước, còn nếu ném vào không gian sẽ bị hạn hán không mưa 12 năm. Như thế thì hãy mau mau trả lửa này xuống địa ngục."

Đại đức Mục-kiền-liên lại xuống địa ngục một lần nữa, để đem chút lửa nguy hại ấy trả về địa ngục như cũ.

Xong rồi, đại đức Mục-kiền-liên bay trở lại trần gian, về Kỳ Viên tịnh xá đảnh lễ đức Thế Tôn và tường trình lại cho đức Phật rõ về chuyến du hành vào địa ngục và cõi Trời của Ngài.

Nhân cơ hội ấy, đức Phật liền dùng đề tài trên để ban bố một thời pháp cho đại chúng nghe, có câu kệ ngôn như sau:

"Có hai trạng thái: Một là thiện pháp, hai là ác pháp. Hai pháp này kết quả không giống nhau. Ác pháp đưa chúng sanh vào cảnh khổ, thiện pháp đưa chúng sanh đến cảnh an vui."

Khi thời pháp vừa chấm dứt, các hàng Phật tử trong pháp hội ấy đều được đắc quả, vào khoảng ba vạn bốn ngàn người trong cùng một lúc.

Một chồng hai vợ

Thuở quá khứ, có chàng thanh niên rất mực hiếu thảo, mặc dù là con một trong gia đình và đã đến tuổi trưởng thành, nhưng anh vẫn không chịu lập gia đình, nhất định sống độc thân để phụng dưỡng mẹ già, vì người cha đã mất sớm.

Thấy con một mình vất vả lo toan nhiều việc, người mẹ khuyên chàng cưới vợ, nhưng chàng cương quyết từ chối. Vì quá thương con người mẹ liền tự ý hỏi vợ cho con. Bất đắc dĩ, chàng đành phải làm vừa lòng mẹ.

Người con dâu rất nết na hiền thục, lại thêm quán xuyến công việc gia đình và đảm đang cả việc nặng nhọc, nhưng rủi cho nàng không thể sanh con.

Đã buồn cho số kiếp bất hạnh của mình, nàng lại càng khổ sở hơn, khi thấy chồng thường tỏ ra nghĩ ngợi xa xôi, nét mặt đăm chiêu tư lự.

Hiểu rõ tâm trạng chồng, nàng tự ý cưới cho chồng một người vợ lẽ. Người vợ sau này chẳng bao lâu đã thọ thai. Bấy giờ người vợ lớn lại cảm thấy như mình bị bỏ rơi vì trông người chồng ra tuồng nưng niu vợ lẽ rất mực. Lòng ganh tỵ của người đàn bà nổi lên như trời giông biển động. Không tự chủ và kềm hãm được lòng ghen tức, người vợ lớn tự nghĩ, nếu không sớm chận đứng thì hậu quả cô đơn sẽ đến với đời mình trong một sớm một chiều. Thế là, một mưu kế hiểm độc nảy ra trong óc nàng và nàng nhất định ra tay thực hiện dù phải trả bất cứ giá nào.

Để cho vợ lẽ tin lòng, người vợ lớn tỏ ra săn sóc và dùng nhiều thời gian trong việc giúp đỡ người vợ lẽ từ việc nhỏ đến lớn. Thỉnh thoảng nàng hỏi thăm sức khoẻ và ngày sinh nở của người vợ lẽ.

Tưởng vợ lớn thật lòng, người vợ lẽ không giấu giếm chi cả. Chờ cơ hội thuận tiện, người vợ lớn làm thuốc phá thai bỏ vào thức ăn. Thế là người vợ lẽ bị sẩy thai. Tuy thế, người vợ lẽ vẫn cứ tin tưởng người vợ lớn như thường.

Đến lần thứ hai, người vợ lớn cũng dùng thủ đoạn phá thai người vợ lẽ như trước.

Hai lần bị hại, người vợ lẽ đã học được một bài học. Bắt đầu từ ấy, nàng biết ra sức đề phòng kín đáo.

Khi thấy cái thai của người vợ lẽ ngày càng to, người vợ lớn mới tìm cách phá thai, nhưng vì cái thai đã già tháng, nên người vợ lẽ phải chết cả mẹ lẫn con.

Trước khi nhắm mắt, nỗi đau khổ và căm thù đã dâng tràn lên khoé mắt. Cắn răng, rớt nước mắt người vợ lẽ quyết chí trả thù trong những kiếp lai sinh.

Người nào gieo gió người đó phải gặt bão. Sau khi người vợ lẽ chết đi, người chồng điều tra biết rõ sự thật, bèn đánh đập hành hạ người vợ lớn, không bao lâu người này cũng chết.

Luật luân hồi vay trả, trả vay. Sau khi chết người vợ lẽ sanh làm con mèo cái, còn người vợ lớn sanh làm con gà mái ở chung một nhà. Mỗi lần gà mái có con là mỗi lần mèo ta bắt gà con ăn thịt và sau cùng giết luôn cả gà mẹ.

Kiếp thứ ba, sau khi chết, gà sanh làm con beo cái, còn mèo thì sinh làm nai cái. Mỗi khi nai sinh con thì beo ta tìm đến ăn thịt nai con, và cuối cùng giết luôn cả nai mẹ.

Kiếp thứ tư, sau khi chết nai cái sanh làm hung thần, còn beo sanh làm con gái của một gia đình giàu có.

Đến tuổi trưởng thành, cô gái về nhà chồng. Khi cô sinh nở, hung thần hóa làm người bạn đến thăm chơi rồi thừa cơ chụp lấy hài nhi ăn thịt. Lần thứ hai, tấn tuồng quái gở của hung thần và cảnh nát lòng của người mẹ cũng diễn ra như trước.

Người đàn bà đau khổ ấy đã gần như mất trí, khi biết mình thọ thai lần thứ ba. Gần ngày sinh nở người chồng đề nghị đưa vợ về sinh nở bên quê ngoại.

Nói về hung thần, khi ấy đến phiên hầu nước cho đức Vessa Vanna là vị chúa tể cai quản tất cả hung thần. Sau khi hết phiên, hung thần lập tức đến nhà tìm người thù truyền kiếp của nó. Khi biết người thù của mình đã về quê ngoại, nó liền bay vọt lên mây nương mình theo gió để tìm cho bằng được người thù không đội trời chung.

Nhắc lại người đàn bà nạn nhân của hung thần, sau khi

cùng chồng về quê sinh nở và dưỡng sức một thời gian, bèn đem nhau lên đường trở lại quê chồng. Vợ chồng đi bộ gần đến tinh xá Kỳ Viên, thấy có ao nước trong mát, bèn rủ nhau tắm rửa và nghỉ mệt. Người vợ tắm trước lên bồng con cho chồng tắm. Trong khi đang cho con bú, nàng bỗng nghe tiếng gió từ xa đưa đến như cuồng phong bão tố. Nhìn lên trời nàng thất kinh hồn vía, vì vừa nhận ra hung thần. Không kịp chờ chồng tắm xong nàng la thất thanh: "Nó đến kìa! Nó đến kìa!". Rồi cắm đầu ôm con chạy thẳng vào tinh xá Kỳ Viên, đem con để nằm dưới chân đức Phật và khẩn cầu ngài cứu mạng con mình.

Ngay lúc ấy, hung thần cũng vừa đến cửa tinh xá nhưng chư Thiên gác cửa không cho vào. Đức Phật dạy ngài A-nan-đà ra gọi hung thần vào. Nhờ oai lực của đức Phật nên hung thần tỏ ra rất hiền lành ngoan ngoãn.

Trước sự gặp mặt của hai cừu nhân, đức Phật hiền từ khuyên bảo:

- Này hai người, tại sao luôn làm khổ cho nhau như thế. Nếu hai người không may mắn gặp được Như Lai thì mối thù truyền kiếp này đến bao giờ mới chấm dứt được? Và hai người sẽ như quạ với chim mèo, như rắn với chồn, cứ gặp nhau là tìm cách giết hại nhau, để rồi oán thù chồng chất thêm mãi."

Tiếp theo đức Phật kể lại mối thù truyền kiếp giữa hai người, đồng thời nói bài kệ:

Trên cõi thế gian này,
Bất cứ thời đại nào.
Nếu lấy oán báo oán,
Thì oán ấy chất chồng.
Biết lấy ân báo oán,
Thì oán thù tiêu mất.
Đó chính là chân lý,
Của các bậc hiền xưa."

Nhờ nghe bài kệ và lời khuyên của đức Phật mà mối thù truyền kiếp giữa hai người từ đây chấm dứt, oan khiên không còn vay trả.

Bát cơm cúng dường

Thuở đức Phật còn tại thế, hằng ngày Phật và chúng đệ tử luôn đi khất thực để tạo điều kiện cho mọi người có duyên gieo hạt giống lành.

Trong mùa an cư, Phật thường thọ trai của thí chủ, phần đông là hàng cư sĩ, luân phiên nhau mang thức ăn vào tinh xá cúng dường.

Trong số đệ tử tại gia của đức Phật, có một người học trò tuy của cải không bằng ai nhưng lại rất giàu lòng tốt. Phiên chàng cúng dường thường vào những ngày cuối tháng. Những bữa cơm giản dị không phải quý giá về phẩm chất, mà quý vì chàng đặt vào đó tất cả lòng thiết tha thành kính của một đứa con thuần hiếu, mà lòng chân thành làm cảm động đến cả chư Thiên.

Khi sao mai vừa ló dạng, chàng thức dậy, sửa soạn vớt chất để hồ cho vào chiếc bình trắng trong, để lên chiếc bàn con bằng gỗ chiên đàn, một gia bảo của mẹ chàng thuộc dòng Bà-la-môn để lại. Chiếc bàn đã nhiều đời dùng làm bàn sắp đồ cúng tế trong các buổi lễ.

Kế đó, những món rau đậu chính chàng trồng lấy ở vườn nhà được tự tay chàng nấu nướng.

Hôm nào cũng vậy, bữa cơm chàng sửa soạn cúng dường đức Phật cũng mang trọn tất cả lòng thành kính vui mừng. Chàng khẩn nguyện cho cơm chàng cúng dường là bữa cơm đầy Pháp vị, tuy chàng biết vốn liếng tu học của mình không được bao nhiêu và gia thế lại cũng rất nghèo nàn.

Nhưng trong tâm chàng luôn thấy hoan hỷ và tin tưởng rằng những bữa cơm đơn giản của mình mang đến cho người thọ dụng tất cả sự thanh tịnh, hoan hỷ. Và đó cũng là nguồn an ủi lớn lao nhất trong kiếp sống hiện tại của chàng.

Bao giờ cũng vậy, khi mặt trời lên cao, chàng vui vẻ mang thức ăn đến cúng dường đức Phật. Con đường đi vào tinh xá Kỳ Hoàn thật êm ả trầm lặng. Chàng không bao giờ ngắm mây bay hoa nở, bước chân chàng nhẹ nhàng thanh thoát lướt qua không kịp nhuốm bụi đường, lòng chỉ lo quá ngọ đức Phật không kịp thọ dụng.

Nhưng có một hôm, ra khỏi nhà một quãng, mắt chàng dừng lại, bóng dáng một sinh vật thất thểu dưới nắng hè. Đó là một con chó gầy guộc, lông lá rụng hết, từng mảng ghẻ lở hiện rõ dưới ánh mặt trời chói chang. Bốn chân nó khẳng khiu xiêu vẹo không đỡ nổi tấm thân vốn đã quá gầy còm!

Hình như nó đánh hơi được thức ăn chàng đang xách trên tay nên lấm la lấm lét tiến lại gần. Nó không biết nói, nhưng đôi mắt van nài, bộ tướng ủ rũ tiều tụy của nó đủ nói lên được với chàng rằng: "Tôi không được ăn từ lâu lắm."

Chàng đứng sửng lại. Bấy giờ, trước mắt chàng chỉ có hình ảnh của một sinh vật đói lả, mà trong tay chàng lại có sữa, cơm và thức ăn. Chàng ngồi xuống bên đường, mở bình bát ra, bày các thức ăn trước mặt con chó. Nó ăn hối hả như không kịp thở, chàng hồi hộp nhìn con vật và cùng chia sớt với nó sự bằng lòng, niềm vui đang âm thầm tràn ngập tâm hồn. Trong một thoáng chiếc bình đề hồ, cơm và thức ăn hết sạch. Bây giờ con chó no, thong thả ra đi. Chàng trông theo bước chân của nó, giờ đây chắc chắn vững chải trên con đường. Chàng nở một nụ cười thoải mái. Nhưng khi con chó vừa khuất dạng sau rặng cây trước cửa tinh xá, chàng nhìn lại bình đề hồ và liễn cơm với thức ăn sạch nhẵn, lòng lo sợ kinh hoàng! Mặt trời soi bóng chàng ngắn ngủn trên mặt đường, vậy là vừa đúng ngọ. Tới thì không dám, lùi cũng không đành, sau một giây, thu hết can đảm, chàng rảo bước vào tinh xá mà nước mắt lăn tròn lẫn với mồ hôi.

Đức Thế Tôn dùng huệ nhãn soi rõ sự tình. Ngài ngồi yên, đôi mắt như hai vì sao sáng, nụ cười hoan hỷ từ bi nở tươi tỏa sáng trên khuôn mặt.

Chàng nào dám nhìn lên, đôi mắt e dè dán chặt xuống đôi bàn chân tê dại. Tuy nhiên, chàng quyết không dối Phật, quyết thú thật hết tội lỗi của mình, mà cũng không dám mong cầu được Phật tha thứ.

- Bạch Thế Tôn! Hôm nay con có lỗi nặng vô cùng...

Và tiếng chàng nhỏ dần như tắc nghẹn...

Đức Phật ôn tồn khuyến khích như thường lệ:

- Hôm nay có phải đến phiên con mang cơm cúng dường Như Lai đó không?

Tiếng chàng nức nở trong nước mắt:

- Bạch Thế Tôn! Xin ngài thứ tội cho con. Vừa rồi trước tinh xá con gặp con chó ghẻ đói lả, con lú lẫn quên mất giờ trai của Thế Tôn nên lỡ đem bình bát thức ăn cho con chó ăn hết. Tội con xuẩn ngốc, vô lễ, thật nặng nề không biết ngần nào.

Nhưng, một vùng hào quang giữa đôi mày đức Phật phóng ra ánh ngời tinh xá như những lúc Phật lên Pháp tòa sắp nói ra những bài kinh trác tuyệt. Tiếng Ngài ngân vang, từ ái:

- Mùa hạ này, Như Lai muốn cho các con biết, chỉ có hôm nay Như Lai mới thọ dụng một bữa cúng dường rất thanh tịnh của một vị đại thí chủ, đầy đủ Pháp vị trong một bữa cúng dường.

Vườn Nai

Vào một thuở xa xưa, tại thành Ba-la-nại nước Ấn Độ, có một khu rừng xanh tốt, rậm rạp. Một đàn nai quy tụ lại đó sinh sống. Lúc mới di cư đến, chúng không khỏi phập phồng lo sợ, mỗi ngày chúng phải cắt phiên nhau canh phòng, nếu có nguy hại thì lo tìm đường tẩu thoát. Nhưng dần dần dọ dẫm, một ngày, hai ngày, một tháng, hai tháng cho đến cả năm vẫn không thấy dấu hiệu nguy hiểm nào, nên chúng yên lòng sinh sống một cách thanh thản, vui vẻ.

Nhưng một việc đáng buồn đã xảy ra trong đàn. Một con nai tánh kiêu hãnh, hẹp hòi, háo danh muốn lên làm chúa đàn. Song đàn nai đâu lạ lùng gì tư cách, tài năng và tâm địa của nó, ai mà tôn nó làm chúa đàn?

Chẳng kể phải quấy, được theo hay không theo, con nai này vẫn tự xưng là nai chúa đầu đàn. Rồi bằng những mánh khoé dỗ dành, mua chuộc, van lơn, dần dần nó cũng lôi cuốn được một số nai nhẹ dạ đi theo. Thế là đàn nai thuần nhất khi mới đến bây giờ bị chia ra làm hai. Tuy vậy chúng vẫn sống lẫn lộn với nhau trong khu rừng đó. Năm này qua năm khác, chúng sống và tiếp tục sinh sôi nảy nở, mới đó mà bây giờ mỗi đàn của chúng đều có tới năm trăm con.

Chúng sống ở đây như vậy đã không biết bao nhiêu ngày rồi mà chẳng có điều gì tai biến, nên tâm hồn chúng trở nên giản dị vô tư. Chúng tưởng mọi loài, mọi vật chung quanh cũng đều như chúng nên không đề phòng. Không ngờ là trong khi đó, ông vua Phạm-đạt-đa ở thành Ba-la-nại đã nghe biết về chúng. Ông này rắp tâm chờ một ngày dò biết chúng tập trung về đó đủ cả, ông sẽ kéo quân đến vây bắt hết để làm thịt.

Một sớm kia, khi ông biết rõ tình hình đàn nai đã quy tụ như ý ông mong đợi, ông liền kéo quân đến bao vây. Cả đàn nai đều không để ý. Lúc đầu tưởng người ta đến dạo chơi hay làm việc gì, không ngờ vòng vây mỗi lúc một thắt chặt, nhìn phía nào cũng thấy toàn gươm giáo, cung tên. Chúng hoảng hốt lên, con này chạy báo con kia, hoang mang nhốn nháo, sợ hãi, khủng khiếp tràn lan. Bỗng chốc khu rừng, tổ ấm an lành của chúng trở thành khu rừng lửa, phen này đành phải chết hết không còn cách gì thoát khỏi. Quả vậy, vua đã ra lệnh vây chặt khu rừng rồi châm lửa đốt để bắt thịt lớn bé một lần. Trước cảnh nguy biến cấp bách ấy, con nai chúa đầu đàn vốn thông minh nhân từ được tôn trọng, dõng dạc đứng lên tuyên bố cho cả hai đàn nai biết, nó sẽ đi thẳng tới vua, trình bày ý kiến xin hoãn sự chết cho cả đàn và tưởng thế nào cũng được nhà vua chấp thuận. Khi nghe qua lời tuyên bố, ngoại trừ con nai đầu đàn kiêu hãnh, vì tự ái không biểu lộ vẻ hân hoan, còn con nào con nấy đều sáng cả mắt lên, lấy lại sự bình tĩnh để chờ đợi. Nai chúa nhân từ một mình mạo hiểm ra đi.

Khi trông thấy nó, thì bao nhiêu mũi tên, giáo mác ngay lập tức cùng nhắm đến. Nhưng một người trong đám quân lính nói:

- Ồ! Con nai này đẹp quá, hãy để bắt sống, chớ bắn, chớ giết.

Những người khác hưởng ứng theo, nai chúa khỏi bị bắn, nhưng nó đã lọt vào tay đám quân lính. Nó xin được đưa đến trước mặt nhà vua. Vừa đến nơi, nó liền quỳ xuống trình bày:

- Thưa nhà vua, hôm nay nhà vua hạ lệnh vây đốt rừng để bắt chúng tôi làm thịt, dẫu biết mạng sống đã nằm trên dao thớt, chúng tôi không trái lệnh, song thiết nghĩ đàn chúng tôi có tới một ngàn con, nếu chúng tôi phải chết một lần để làm món ngự thiện, thì nhà vua cũng chỉ dùng được đôi ba ngày đầu, đến ngày thứ tư, thứ năm chắc thịt chúng tôi sẽ bị sình thúi ắt phải đổ đi, sau đó nhà vua muốn dùng thịt chúng tôi nữa cũng khó lòng. Vậy điều hay nhất, chúng tôi xin hứa mỗi ngày tự đem thân đến nạp nhà vua một con để nhà vua làm thịt, như vậy món ngự thiện được tươi tắn, ngon lành mà chúng tôi cũng sống thêm được ít lúc, khỏi bị chết một cách oan uổng vô dụng.

Nhà vua nghe xong tấm tắc khen chí lý, liền truyền lịnh cho nai lui về và không quên dặn phải giữ lời hứa, rồi hạ lịnh giải vây, kéo quân về. Khi ấy, ông liền yết lịnh cho toàn dân biết không ai được phép xâm phạm khu rừng bắt nai. Nếu ai thấy nai đi về phố thì phải dẫn đến cung vua, không được phá phách, ngăn chận hay bắt giết.

Còn đàn nai thì lo sắp đặt thứ tự đi nạp mình. Sáng này một con nai xấu số bị thui trên lửa. Sáng nọ lại một con nai xấu số khác bị đưa vào cỗ ăn của nhà vua...

Ăn thịt nai vài ba hôm, nhà vua lại hạ lịnh cho hoãn 10, 15 ngày, rồi lại tiếp tục con nai khác đến nạp mạng. Lần này đến phiên một con nai đang chửa, nó đến trước nai đầu đàn kiêu hãnh của nó van xin cho nó đi phiên sau, bây giờ chọn con nai khác đi thay, viện lẽ nó sắp sinh. Đến phiên nạp mạng, nó không có ý tránh né, đưa đẩy, nhưng nghĩ đến đứa con trong bụng sắp sinh, chưa đến phiên mà phải bị chết thì rất tội, chi bằng cho nó sinh xong, nó sẽ đi nạp mạng. Nhưng con nai đầu đàn kiêu hãnh khăng khăng không chịu, nộ nạt mắng nhiếc: "Nếu mày không đi, ở đây có ai dại gì đi chết thay cho mày?"

Con nai chửa ríu ríu ra về tìm đến nai chúa nhân từ ở đàn nai kia cầu khẩn. Vừa nghe qua, nai chúa nhân từ chấp nhận liền. Nó suy nghĩ chọn con nào đi thay thế bây giờ dễ gì đã có, thôi ta hãy đi nạp mạng, nếu không thì tất cả đều sẽ chết. Nghĩ rồi nó liền bình tĩnh ra đi. Khi vừa đến phố thì mọi người xúm lại chỉ trỏ, trầm trồ: "Con nai đẹp quá!" Có người muốn chận lại, nhưng nhớ lệnh nhà vua nên tức tốc đưa nó đến cung đình.

Vừa thấy nó nhà vua ngạc nhiên hỏi: "Nay tới phiên ngươi sao?" Nai chúa nhân từ đáp: "Không phải." Và trình bày đầy đủ lý do mà nó đi nạp mạng sớm như vậy. Nhà vua nghe xong liền đổi ra dáng đăm chiêu nghĩ ngợi: "Không ngờ trong loài thú mà có con nai đầu đàn này vừa thông minh, vừa nhân từ đại độ, vừa can đảm thành tín như vậy. Nó là chúa đầu đàn mà biết thương yêu đùm bọc, biết can đảm hy sinh cho sự sinh tồn của cả đàn như vậy. Còn ta, ta là người, là chúa đầu đàn của một đám thần dân rộng lớn, ta có bằng nó không? Liệu khi thần dân ta bị bao vây sát hại, ta có đủ trí lực thông minh, nhân từ, can đảm để đối phó với sự nguy hiểm như nó không? Có lẽ ta sẽ không bằng! Không bằng! Nếu bây giờ ta chỉ nghĩ đến một chút khoái khẩu trong giây lát mà giết nó, thì khác nào ta tự chôn vùi lương tâm sâu thêm một từng nữa. Ta giết nó tức là ta giết một đạo lý sống cao thượng, giết một tình thương rộng lớn, một lòng quả cảm hy sinh, tức là giết hết những gì cao quí nhất của cuộc đời. Ôi! Nếu cuộc đời không từ bi, thiếu trí tuệ, không dũng cảm, chỉ là cuộc đời trống rỗng tối tăm, ta còn mặt mũi nào để xưng mình là một ông vua trong loài người ở trên chúng nó."

Con nai chúa nhân từ vẫn đang quỳ yên đợi lịnh, nhà vua sau một hồi chìm đắm trong ý nghĩ miên man, vụt ngồi thẳng mình, lộ vẻ hân hoan như vừa tìm ra chân lý. Ông dùng hết lời ca ngợi nai chúa, hạ lịnh đưa nó trả về rừng và truyền cho toàn dân từ nay không ai được phép xâm phạm đến khu rừng, cũng như không ai được phép phá nai, bắt nai, giết nai làm thịt. Từ nay đàn nai trở lại đời sống yên lành như trước dưới sự thương yêu chăm sóc của nai chúa sáng suốt nhân từ[1] và cũng từ đây khu rừng này mang tên là Rừng Nai hay Vườn Nai.[2]

---

[1] Đây chính là một tiền thân của đức Phật.

[2] Lộc Uyển

Lúc đức Phật ra đời, Vườn Nai này lại một lần đặc biệt nổi tiếng, trở thành một trong bốn nơi trọng tâm của Phật giáo. Vì sau khi đức Phật thành đạo, Ngài liền tìm đến năm đạo sĩ nhóm Kiều Trần Như đang tu tại Vườn Nai để chuyển bánh xe pháp lần đầu tiên.

Duyên xưa nghiệp cũ

Câu chuyện sau đây đã xảy ra ở một nhà giàu có tại Trung Quốc ngày xưa. Thành ngữ "Cải gia vi tự" (Biến nhà thành chùa) đã bắt nguồn từ đó.

Một gia đình rất giàu có sửa soạn nhà cửa để đón cô dâu mới. Phú ông đang bận rộn với việc đám cưới thì gia nhân vào báo có một vị sơn tăng đến khất thực hóa duyên. Vốn là người mộ đạo, phú ông vội vàng ra nghinh tiếp, mời vị sư vào nhà, thỉnh ngồi ở ghế thượng khách. Nhưng vị sư chỉ chống tích trượng đứng cười ha hả. Lạ lùng trước cử chỉ của nhà sư, nhưng phú ông không dám có ý nghĩ đấy là người cuồng. Bởi, trông dáng vẻ ngài thật là tiên phong đạo cốt, phú ông quả quyết đấy không phải là người tầm thường. Ngước nhìn đôi mắt sáng như sao của nhà sư, phú ông bất giác rơi lệ quỳ mọp xuống:

- Bạch hòa thượng, đệ tử ngu dốt, nay có phước duyên được người chiếu cố, xin người từ bi dạy bảo!

- Hà hà, chúng sanh mê muội, làm tội ác tày trời còn hí hửng đánh trống thổi kèn.

Trong khi nhà sư nói vậy, thì từ nhà sau vọng lên tiếng lợn kêu thống thiết. Vị sư tiếp:

- Con heo đó là cha ngươi ngày trước. Vì tham tiếc gia tài, ông đã tái sanh làm con heo sau chuồng nhà ngươi.

Phú ông đầm đìa nước mắt, bạch:

- Bạch hòa thượng, quả đúng như vậy. Cha con khi sắp chết cứ thao thức tiếc nuối gia tài của cải một đời mồ hôi nước mắt xây dựng này, và dặn đi dặn lại chúng con phải giữ gìn đừng hoang phí.

Nói rồi, vội bảo gia nhân đình chỉ việc giết heo. Nhà Sư lại nói tiếp:

- Còn đứa con gái người sắp cưới cho con người là ai người biết không?

- Bạch hòa thượng, đó là đứa con gái nhà láng giềng của con. Hai trẻ có cảm tình với nhau từ nhỏ, nên khi chúng thành niên, con cho tác hợp thì có gì sai quấy.

- Hà hà. Mới bà bà cháu cháu đó, mà nay đã vợ vợ chồng chồng. Than ôi, chúng sanh có mắt như mù.

- Bạch Hòa thượng, xin Hòa thượng từ bi khai thị cho kẻ ngu muội. Con không được rõ thánh ý.

- Có gì là mờ mịt đâu, chỉ vì ngươi không thấy! Đứa con gái kia là mẹ ngươi ngày trước. Do vì khi sắp chết, người lưu luyến đứa cháu nội không nỡ rời, nên thần thức đầu thai lại cõi đời để sống gần nó.

Phú ông nhẩm lại, thì quả nhiên cô gái kém cậu con trai bốn tuổi, nghĩa là cô ra đời đúng lúc bà mẹ ông mất, lúc con trai ông lên bốn.

- Bạch hòa thượng, quả như ngài nói. Mẹ con khi mất đã cầm chặt tay đứa cháu nội, bà rất yêu cháu vì nó là đứa cháu trai duy nhất. Nay sự tình đã vậy thì con không dám làm việc ác tày đình thế kia. Xin hòa thượng chứng minh cho con được thế phát xuất gia biến nhà thành chùa.

Rạp trang hoàng cho tiệc cưới trong chốc lát được sửa lại thành đạo tràng. Phú ông cung thỉnh vị sư lên pháp tòa thuyết pháp cho bá tánh đến dự đám cưới. Nghe xong thời pháp, mọi người đều xin quy y Tam bảo, từ bỏ sát sanh. Chú rể xin cha theo vị hòa thượng về núi tu hành, còn cô dâu nguyện trọn đời ở vậy phụng dưỡng cha mẹ cho đến khi hai thân khuất núi, rồi cô cũng xuất gia.

Nắm tro tàn

Ngày xưa, thuở đức Phật còn tại thế, một hôm có người mẹ ôm xác con tìm đến đức Phật để khóc lóc và xin cứu sống cho đứa con của bà vừa mới chết.

Người mẹ đau khổ tin vào thần thông và lòng từ bi vô biên của đức Phật sẽ cứu sống cho con mình.

Đức Phật cảm thông nỗi khổ đau của người mẹ mất con và dạy bà hãy đi xin một nắm tro mang về thì ngài sẽ cứu sống đứa con. Nhưng nắm tro đó phải ở trong một gia đình mà 3 đời chưa có người thân thích chết.

Người mẹ đau khổ vâng lời và ôm xác con vào xóm để xin tro tàn theo lời đức Phật dạy. Nhưng đi từ trưa đến tối, nhà này sang nhà khác, bà mẹ đau khổ đều nhận được những câu trả lời giống nhau: "Gia đình chúng tôi cũng có người đã chết." Chưa tuyệt vọng, người mẹ đau khổ vẫn cố gắng đi thêm vài nhà nữa. Vì sợ nắm tro xin trong một gia đình có người chết sẽ không linh nghiệm nên bà mẹ thương con vẫn cố gắng kiếm tìm.

Vẫn như những lần trước, bà mẹ đau khổ đều nhận được những cặp mắt e ngại, những cái lắc đầu.

Suy đi tính lại, đã hơn một buổi và không nhớ rõ là đã vào mấy gia đình, người mẹ tuyệt vọng lẩm bẩm: "Nhà nào cũng có thân nhân đã qua đời: thân thích, họ hàng ba đời biết bao nhiêu, làm sao tránh được cái chết." Trên đường trở về tìm đức Phật, người mẹ mất con không còn kêu gào thảm thiết như lúc trước, tuy lòng thương nhớ con vẫn chưa nguôi. Quỳ trước đức Phật, người mẹ mất con kể rõ chuyến đi vừa rồi và thuật lại những lời từ chối của chủ nhà.

Nhân đó, đức Phật giảng về sự sanh tử, vô thường của kiếp người. Có sanh tất có khổ, có sống tất có chết. Người mẹ mất con đã thấu rõ sanh tử, vô thường, không riêng gì mình đau khổ vì có thân nhân qua đời, mà hầu hết mọi người đều nhận chịu định luật hủy diệt đó.

Cuối cùng, người mẹ hiểu ra những lời Phật dạy, ôm xác con về chôn cất mà không còn quá đau đớn nữa.

Vụ kiện mất con

Xưa, có người đàn bà bồng một đứa bé đến hồ sen của đức Mahasadha để rửa tay cho nó. Sau khi rửa cho con và để con ngồi trên đống áo quần khô, người đàn bà ấy xuống hồ tắm rửa.

Lúc bấy giờ, một con quỷ dạ-xoa cái trông thấy và thèm ăn thịt đứa bé. Nó liền biến thành một người đàn bà và đến nói với mẹ đứa bé rằng:

- Chị ơi, thằng nhỏ dễ thương quá! Có phải con của chị không?

- Vâng, con tôi đấy.

- Tôi cho nó bú nhé?

- Được, chị cứ cho.

Lúc ấy con quỷ ẵm đứa bé lên, nâng niu rồi bồng đi mất.

Trông thấy con mình bị người lạ mặt bồng đi, mẹ đứa bé đuổi theo và la lên:

- Chị ơi, chị đem con tôi đi đâu đấy?

- Sao, con chị à? Đây là con của tôi mà.

Hai người đàn bà tranh chấp nhau về đứa bé.

Từ trong nhà nghe tiếng cãi cọ ồn ào, đức Mahosadha gọi họ và hỏi:

- Có chuyện gì xảy ra đấy?

Sau khi biết được lý do của cuộc tranh chấp và nhận ra con quỷ dạ-xoa cái qua đôi mắt đỏ ngầu và thân hình không in bóng của nó, đức Mahosadha hỏi thêm:

- Các ngươi có muốn ta phân xử việc này không?

- Xin ngài phân xử cho.

Đức Mahosadha gạch một đường thẳng trên mặt đất, đặt đứa bé nằm ngay trên đường thẳng ấy và bảo con quỷ cầm hai tay đứa bé, mẹ nó cầm hai chân đoạn ngài bảo:

- Bây giờ hai người kéo cứ kéo mạnh đi. Đứa bé sẽ thuộc về người nào kéo được nó.

Hai người đàn bà bắt đầu dùng sức kéo, đứa bé đau quá khóc ré lên.

Mẹ đứa bé, vì quá thương con, không kéo được nữa và đứng khóc.

Đức Mahosadha hỏi mọi người chung quanh:

- Trong hai người, mẹ ruột và người dưng, ai là kẻ thương yêu đứa bé?

- Kính thưa ngài, phải là người mẹ ruột.

- Và ai là người mẹ của đứa bé? Người giữ đứa bé hay là người thả đứa bé?

- Kính bạch ngài, là người thả đứa bé.

- Các ngươi có biết người muốn cướp đứa bé này không?

- Kính thưa ngài, chúng con không biết được.

- Ấy chính là một con quỷ dạ-xoa cái, nó muốn cướp lấy và định ăn thịt đứa bé.

- Kính bạch ngài, tại sao ngài biết được?

- Bởi vì đôi mắt của nó đỏ ngầu, thân hình của nó không có bóng. Nó không có một chút tình thương đối với đứa bé và kéo đứa bé một cách tàn nhẫn.

Bấy giờ đức Mahosadha mới hỏi con quỷ dạ-xoa cái:

- Mày là ai?

- Tôi là quỷ dạ-xoa.

- Tại sao mày muốn cướp đứa bé?

- Để ăn thịt nó.

- Vì mê muội, kiếp trước mày đã phạm nhiều tội ác và phải đầu thai làm quỷ. Thế mà ngày nay mày vẫn tiếp tục phạm tội ác. Ngu si lầm lạc như thế thật là quá lắm.

Sau khi ban dạy những lời vàng ngọc trên, đức Mahosadha nhận cho con quỷ dạ-xoa quy y trước khi nó từ giã.

Mẹ của đứa bé hướng về đức Mahosadha và bạch rằng:

- Kính bạch ngài, con xin kính chúc ngài được trường thọ.

Rồi với đứa con trong tay và niềm hoan hỷ trong lòng, người đàn bà bái biệt đức Mahosadha.

Quỷ mẹ

Lúc đức Phật thuyết pháp ở nước Đại-đâu thì trong nước ấy có một người đàn bà sinh được nhiều con, và rất thương yêu con của mình, nhưng lại thường bắt con người khác về ăn thịt.

Những người làm cha mẹ ở nước Đại-đâu rất lo lắng, lúc nào cũng sợ con mình bị bắt mất.

Các vị tỳ-kheo đi khất thực về mang chuyện này kể cho đức Phật nghe, ngài biết ngay đây không phải là một người đàn bà bình thường. Ngài biết trong nước này có một con quỷ rất thích bắt trẻ con ăn thịt, và không thể dùng một vài câu nói mà cảm hóa nó được.

Đức Phật liền sai một vị tỳ-kheo, thừa lúc quỷ mẹ vắng nhà bắt đứa con út mà nó thương yêu nhất tên là Tần-già-la đưa về tinh xá.

Khi quỷ mẹ về tới nhà không thấy đứa con út bé bỏng của mình, nó đau khổ bỏ ăn bỏ uống, khóc lóc không ngừng, chỉ trong mấy ngày thôi mà tưởng chừng như muốn hóa điên lên được.

Khi ấy, đức Phật liền đến gặp nó, hỏi rằng:

- Người có việc gì mà khóc lóc thảm thương như thế?

Quỷ mẹ nhìn thấy đức Phật, tạm ngừng khóc một lúc, chùi nước mắt mà trả lời:

- Vì lúc con vắng nhà, không biết ai đã lẻn vào bắt mất đứa con dễ thương nhất của con đi rồi!

- Người không ở nhà giữ con, để cho người khác lẻn vào bắt mất, vậy lúc đó người đi đâu? Người đi ra ngoài để làm gì?

Khi nghe đức Phật hỏi như thế, quỷ mẹ giật mình, vì lúc con của nó bị bắt cũng chính là lúc nó lẻn vào nhà người khác để bắt con người ta.

Quỷ mẹ nói điều ấy cho đức Phật nghe xong, lúc đó nó mới thấy mình tàn nhẫn và sai lầm. Trong lòng khởi lên một niệm hối hận, nó liền phủ phục xuống đất đảnh lễ đức Phật. Đức Phật lại hỏi:

– Ngươi có thương con của ngươi không?

– Tần-già-la là đứa nhỏ mà con thương yêu nhất, một khắc cũng không muốn rời nó ra. Con không thể nào sống mà không có nó. Không có nó, con chỉ muốn chết mà thôi!

Đức Phật liền nhân đó để khai thị cho nó:

– Ngươi thương con của mình như thế nào thì người khác cũng thương con của họ như vậy. Ngươi đau khổ vì mất con, mà lại đi bắt con người ta để ăn thịt, thì người ta cũng đau khổ không khác gì ngươi. Bây giờ ngươi có muốn tìm thấy con của ngươi không?

– Nếu có ai tìm được Tần-già-la về cho con, thì bảo con làm gì con cũng làm cả.

Đức Phật biết là quỷ mẹ đã chuyển tâm hối hận rồi, liền nói:

– Ta có thể giúp ngươi tìm lại con ngươi, nhưng ngươi có thật sự ăn năn về việc bắt con người khác để ăn thịt hay không?

– Con rất ăn năn! Thế Tôn, xin ngài từ bi chỉ giáo cho con. Ngài dạy con làm gì con sẽ làm theo như vậy!

Đức Phật nói:

– Từ nay trở đi, thứ nhất ngươi không được sát sinh, thứ hai không được trộm cắp, thứ ba không được tà dâm, thứ tư không được vọng ngữ, thứ năm không được ăn uống bừa bãi, mà phải lấy tình thương của người mẹ hiền mà lo lắng cho con cái của tất cả mọi người.

Quỷ mẹ hỏi:

- Không cho con ăn thịt trẻ con thì từ giờ về sau con biết ăn món gì?

- Ta sẽ dạy các đệ tử của ta mỗi lần được cúng dường sẽ trích một phần thức ăn bố thí cho ngươi dùng trước.

Quỷ mẹ vô cùng vui mừng, nhận lãnh lời giáo huấn của đức Phật một cách thành khẩn.

Đức Phật đưa đứa con Tần-già-la trả lại cho quỷ mẹ. Nó mừng rỡ khôn cùng, bèn phát nguyện từ nay về sau sẽ hộ trì tất cả trẻ con của loài người.

Ngày nay, khi ăn cơm người xuất gia phải trích ra trước một phần thức ăn để làm pháp thí thực, chính là do chuyện này mà ra vậy.

Bảy năm trong chậu máu

Công chúa Tu Ba Bà Sa là vợ của vua Câu Lợi Da. Bà là người có tín tâm sâu dày. Bà mang thai trong 7 năm trời. Một hôm bà đau bụng từng cơn, rồi những cơn đau ấy trở nên kịch liệt, ròng rã suốt 7 ngày. Tuy đau đớn như thế, bà vẫn suy nghĩ như sau:

- Vì muốn giúp cho người ta thoát những nỗi khổ như thế này nên đức Phật thuyết pháp, và chúng đệ tử của Ngài, cũng vì muốn thoát khỏi những khổ đau như thế này nên mới tu hành. Niết Bàn không có đau khổ, Niết Bàn là một nơi vô cùng an lạc.

Bà nương vào ý nghĩ trên mà nhẫn nhục chịu đựng, rồi nhờ chồng đến chỗ của đức Phật cho bà kính lời thăm hỏi và cho ngài biết tin tức của mình.

Đức Phật nghe được lời bà thăm hỏi, bèn nói:

- Hỡi công chúa Tu Ba Bà Sa, vợ của vua Câu Lợi Da, nguyện cho bà an lành, nguyện cho bà bình an mà sinh con trai khoẻ mạnh.

Đức Phật vừa nói như thế xong, quả nhiên công chúa bình an sinh hạ được một cậu con trai mạnh khoẻ. Nhà vua trở về nhà, thấy con trai mới sinh ra, cho là chuyện lạ không thể nghĩ bàn! Ông thấy uy thần của Như Lai thật là hy hữu, xưa nay chưa từng có.

Công chúa Tu Ba Bà Sa sinh xong, muốn cúng dường đức Phật và chúng đệ tử của Ngài trong suốt 7 ngày, nên lại nhờ chồng đi thỉnh đức Thế Tôn.

Lúc ấy đức Phật cùng chúng đệ tử đang sắp thọ trai ở nhà một vị đồ đệ của tôn giả Đại Mục-kiền-liên. Muốn cho Tu Ba Bà Sa được cơ hội cúng dường, nên Thế Tôn sai người đến nhà tôn giả, nói với tôn giả hãy nhận lời mời, rồi cùng chư tỳ-kheo đến nhà bà Tu Ba Bà Sa nhận lễ cúng dường trong suốt 7 ngày. Đến ngày thứ bảy, Tu Ba Bà Sa đưa con trai là thái tử Tất Bà Lợi ra lễ bái đức Phật và chư tỳ-kheo. Lễ bái xong, bà đem con đến chỗ của tôn giả Xá-lợi-phất. Tôn giả nhìn đứa bé gật đầu và hỏi:

- Tất Bà Lợi, ngươi có khoẻ không?

Ngay lập tức, đứa bé trả lời:

- Bạch tôn sư! Con làm sao khoẻ được? Con ở trong chậu máu suốt bảy năm trời kia mà!

Rồi cậu tiếp tục đàm luận như thế với tôn giả Xá-lợi-phất. Tu Ba Bà Sa nghe con trai nói chuyện, trong lòng hớn hở nghĩ rằng: "Con mình mới sinh chưa đầy 7 ngày mà đã có thể đàm luận với tôn giả Xá-lợi-phất, là vị đệ tử lớn của đức Phật!"

Đức Phật hỏi:

- Tu Ba Bà Sa! Bà có còn muốn một đứa con trai như thế nữa không?

Công chúa thưa:

- Bạch Thế Tôn! Nếu con có được 7 đứa con trai như thế này nữa con vẫn thấy vui!

Đức Phật nói lời chúc mừng bà rồi quay về tinh xá.

Hoàng tử Tất Bà Lợi được 7 tuổi thì quy y với đức Phật, được 20 tuổi thì thọ cụ túc giới. Ông trở thành người vượt trội nhất trong những người làm việc thiện, và khi ông chứng quả A-la-hán thì mặt đất chấn động phát ra âm thanh.

Một hôm, chư tỳ-kheo cùng nhau tập họp ở pháp đường đàm luận. Một vị nói:

- Các vị pháp hữu! Ngài Tất Bà Lợi quả thật là người dẫn đầu trong những người làm việc thiện! Chắc hẳn ngài đã lập thệ nguyện từ xa xưa, nay lại chứng quả A-la-hán. Nhưng do nghiệp dĩ nào mà ngài đã phải ở trong chậu máu suốt bảy năm trời, và chịu 7 ngày đau đớn mới sinh ra đời, khiến cả hai mẹ con đều phải chịu sự thống khổ khôn cùng?

Vừa lúc ấy, đức Phật đến và hỏi:

- Chư tỳ-kheo, các ông bàn luận việc gì vậy?

Các tỳ-kheo nói lên sự việc và thỉnh ý Thế Tôn. Đức Phật nói:

- Này chư tỳ-kheo, Tất Bà Lợi, người đứng đầu trong những người làm việc thiện, phải ở trong chậu máu suốt 7 năm và chịu 7 ngày đau đớn mới sinh ra đời là do nghiệp lực đã tạo trước đây. Tu Ba Bà Sa chịu cái khổ thai nghén trong

7 năm dài và chịu cái khổ đau đớn trong suốt 7 ngày mới sinh con, cũng là do nghiệp đời trước của bà đã tạo.

Đức Phật nói tiếp:

- Ngày xưa, có một vị hoàng hậu ở thành Ba-la-nại sinh được một hoàng nam. Khi hoàng tử đến tuổi trưởng thành thì đi đến thành Đắc Xoa La để học tất cả các môn học. Lúc ấy, nước Câu Tát đem đại binh đến đánh thành Ba-la-nại, giết vua, cưỡng bức hoàng hậu về làm vợ. Hoàng tử nước Ba-la-nại thấy vua cha bị giết thì trốn thoát đi bằng một đường hầm bí mật. Sau đó, ngài chiêu tập binh mã, trở về thành Ba-la-nại, đóng quân ở một vùng phụ cận và gửi thư đến vua Câu Tát nói rằng: "Hãy trả ngôi báu lại cho ta, nếu không thì hãy cùng ta giao chiến." Nhà vua gửi thư trả lời "Ta sẵn sàng giao chiến."

Mẹ của hoàng tử nghe tin này, cũng viết thư cho con nói rằng: "Giao chiến không có lợi, con nên vây hãm thành Ba-la-nại, cắt đứt mọi đường giao thông ở bốn phía, khiến cho nước, củi và lương thực không vào thành được, chờ cho dân chúng kiệt quệ và khốn đốn, thì không cần đánh thành cũng sẽ thua!"

Hoàng tử nghe lời mẹ, trong 7 ngày cắt tuyệt mọi đường giao thông, phong tỏa các cửa thành. Dân trong thành thấy mọi đường giao thông bị cắt tuyệt, đến ngày thứ bảy thì nổi loạn cắt lấy đầu vua Câu Tát mang nộp cho hoàng tử. Hoàng tử tiến vào thành tiếp lấy ngôi vua. Do sự việc ấy, về sau phải y theo nghiệp báo của mình mà đầu thai.

Vì trong 7 ngày cắt tuyệt mọi đường giao thông, phong tỏa kinh thành để chiếm đoạt ngôi báu, nên phải chịu quả báo 7 năm trong chậu máu, 7 ngày mới sinh ra đời. Nhưng ông đã từng quỳ dưới chân đức Như Lai Tối Thắng Bạch Liên mà phát nguyện muốn trở thành "người có sở đắc đệ nhất", đã từng thi hành việc bố thí lớn lao để hồi hướng cho lời nguyện ấy, rồi dưới thời đức Như Lai Tỳ Bà Thi ông lại cúng dường bánh sữa cho tất cả dân chúng trong thành cũng để hồi hướng cho lời nguyện ấy. Nhờ những công đức như thế, nên nay ông làm chuyện gì cũng đều vượt trội hơn hẳn tất cả mọi người khác.

Về phần bà Tu Ba Bà Sa, vì đã viết thư bảo con lấy thành bằng cách phong tỏa các cửa, nên nay phải chịu 7 năm thai nghén, chịu cái đau đớn của sự sinh nở kéo dài trong suốt 7 ngày.

Đức Phật kể chuyện quá khứ ấy xong, lại nói tiếp:

- Thời ấy, người phong tỏa kinh thành để lấy ngôi báu nay là Tất Bà Lợi, mẹ của ông nay là Tu Ba Bà Sa. Vì thế, các người nên ghi nhớ, mỗi một lời nói, một hành động, nếu không cẩn trọng thì khổ đau về sau sẽ theo đó mà sinh ra.

Hai đứa bé sinh đôi

Ngoài thành Xá-vệ có một ngôi làng với khoảng chừng sáu, bảy mươi gia đình cùng chung sống. Trong số đó có một cặp vợ chồng rất nghèo khổ, quanh năm chỉ biết làm thuê kiếm sống.

Ngày kia, người vợ có thai và sinh ra cùng lúc hai bé trai, tướng mạo rất đoan chính xinh đẹp. Hai vợ chồng thương yêu vô cùng, đặt tên cho một bé là Song Đức và bé kia là Song Phước.

Một hôm, người chồng đi làm chưa về, còn người vợ thì lên núi nhặt củi khô, để hai đứa bé nằm trên giường. Khi ấy, hai đứa bé mới cùng nhau than vắn thở dài. Một đứa nói:

- Phải chi lúc còn tu hành chúng ta đừng phát khởi những ý tưởng ngu si cho rằng đời sống có thể kéo dài, thì giờ đây đâu phải rơi vào con đường sinh tử luân hồi! Này anh xem, sinh vào một gia đình nghèo khó như thế này, ngủ thì ngủ trong rơm rạ, ăn thì ăn rau cải thô thiển, chỉ có thể miễn cưỡng giữ thân mạng, không biết sau này làm sao mà sống qua ngày đây?

Đứa bé kia nói:

- Ngày trước chỉ vì mê lầm không chịu tinh tấn tu hành, hôm nay mới gặp khổ nạn. Đó là tự mình làm, tự mình chịu lấy. Bây giờ chỉ còn biết cam chịu chứ còn nói năng gì nữa?

Hai đứa bé đang cùng nhau tâm sự, nói ra những phiền não trong lòng thì bất ngờ cha mẹ chúng về tới và nghe được hết. Hai đứa bé mới sinh chưa đầy tháng mà đã biết nói chuyện, điều này làm cho họ vô cùng sửng sốt, cho rằng đây là quỷ quái sinh vào nhà họ, trong lòng kinh sợ lo lắng không yên.

Người mẹ tuy cũng rất sợ hãi, nhưng cố tìm mọi cách để khuyên can an ủi người cha, cho rằng đây hẳn chỉ là chuyện nhất thời mà thôi. Nhưng ngày hôm sau, khi hai vợ chồng cùng đi ra ngoài thì Song Đức và Song Phước lại thở than với nhau như hôm trước. Lúc này thì cả hai vợ chồng đều hoảng sợ, lo lắng không biết phải làm sao với hai đứa con kỳ quái này.

Đức Phật dùng thiên nhãn thấy biết được sự việc này, bèn hiện thân đến ngôi làng của họ, phóng hào quang chiếu cả ngàn dặm. Núi, sông, cây rừng, tất cả đều phủ lên ánh sáng hoàng kim.

Đức Phật hiện đến trước nhà hai đứa bé sinh đôi. Vừa thấy hào quang của ngài, hai đứa bé liền quơ tay múa chân tỏ vẻ hết sức mừng rỡ.

Cha mẹ chúng thấy thế rất đỗi kinh ngạc, mỗi người ôm một đứa bé đến trước đức Phật thưa rằng:

- Bạch đức Thế Tôn! Hai đứa bé này sinh ra chưa đầy tháng mà đã biết nói chuyện, thật là không sao hiểu nổi! Bạch Thế Tôn! Chúng con phải làm sao với chúng nó đây? Xin ngài từ bi chỉ dạy cho chúng con!

Đức Phật thấy hai đứa bé tỏ lộ sự hân hoan khôn cùng của mình khi thấy được kim dung của Ngài thì mỉm cười, miệng chiếu ra ánh sáng năm màu và nói:

- Hai đứa bé này không phải là yêu quái đầu thai, mà là hai đứa bé rất có phước đức.

Rồi đức Phật kể cho họ nghe nhân duyên quá khứ như sau:

- Lúc đức Phật Ca Diếp còn tại thế thì hai đứa bé này đã là sa-môn. Từ nhỏ chúng đã chơi thân với nhau, tâm đầu ý hợp nên cùng nhau xuất gia học đạo.

Cả hai đều tu hành rất chuyên cần tinh tấn, nhưng ngay khi vừa sắp chứng đạo thì tà kiến sinh khởi, vì thế mà bị đọa lạc không thể giải thoát được. Họ trầm luân trong bể khổ sanh tử thật lâu, và đời nào kiếp nào cũng sinh ra làm anh em sinh đôi. Sinh ra lần này, do bởi đã từng cúng dường Như Lai và tội nghiệp cũng đã hết, nên sẽ được hóa độ. Hôm nay ta đến đây là để hóa độ hai người này.

Hai vợ chồng nghe chuyện hai đứa bé xong, mừng rỡ vô hạn, nguyện sẽ hết lòng nuôi dạy chúng cho đến lớn khôn.

Đức Phật đến cứu hai đứa bé này là vì chúng đã từng gieo trồng nhân lành trong quá khứ. Vì thế, người tu hành cho dù không chứng quả ngay trong một đời, nhưng phước đức không hề bị mất, ngày sau thế nào cũng có cơ duyên tiếp tục được tu tập cho đến khi giác ngộ.

Ngày xưa có một ông vua

Rabindranath Tagore

Nhị Tường dịch

"Ngày xửa ngày xưa, có một ông vua..."

Khi chúng ta còn thơ ấu, không cần phải biết ông vua trong câu chuyện thần tiên đó là ai. Cũng không cần phải biết vị vua tên gọi là Shiladitya hay Shaliban, ông ta sống ở Kashi hay Kanauj. Cái điều làm cho trái tim của một cậu bé lên bảy đập rộn rã, rộn rã với niềm hân hoan, là một chân lý tối thượng, một sự thật trong tất cả những sự thật: "Ngày xưa có một ông vua."

Nhưng độc giả thời hiện đại này thì ngày càng đòi hỏi sự chính xác. Khi họ nghe một lời dẫn nhập câu chuyện như vậy, ngay lập tức họ có ý dè bĩu và nghi ngờ. Họ dùng ngọn đèn pha của khoa học soi vào truyền thuyết mờ ảo ấy và hỏi ngay: "Vị vua nào?"

Những người dẫn chuyện đành phải trở nên chi li hơn. Họ không còn hài lòng với kiểu mập mờ cũ "Có một ông vua" nữa, mà làm ra vẻ sâu sắc nghiêm trọng và bắt đầu: "Có một ông vua tên là Ajatasatru."

Tuy nhiên, tính tò mò của độc giả không dễ gì được thỏa mãn. Anh ta nháy mắt với tác giả sau cặp mắt kiếng khoa học và hỏi lại lần nữa: "Ajatasatru nào?"

"Mọi cậu bé đều biết", tác giả tiếp tục, "rằng có nhiều Ajatasatru. Người đầu tiên sinh ra vào thế kỷ 20 trước công nguyên, và chết yểu khi mới được hai năm tám tháng tuổi. Tôi rất tiếc rằng không thể tìm thấy từ bất kỳ một nguồn gốc xác đáng nào một hồ sơ chi tiết về vương triều của vị này.

Ajatasatrus thứ hai được các sử gia biết khá rõ. Nếu bạn tham khảo Bách khoa thư về Lịch sử bản mới..."

Vào lúc này những mối nghi ngờ của độc giả thời hiện đại đã tan biến. Anh ta cảm thấy có thể an tâm tin tưởng vào tác giả. Anh ta tự nói với mình: "Giờ đây chúng ta sẽ có một câu chuyện mang cả hai tính chất cách tân và tư liệu."

A! Tất cả chúng ta đều thích bị lừa dối làm sao! Chúng ta có một nỗi sợ hãi bí mật đó là bị người khác cho là ngu dốt. Và rốt cuộc chúng ta kết thúc nỗi sợ hãi đó cũng bằng sự vô minh. Chỉ có điều là chúng ta đã thực hiện điều này theo một con đường dài và lòng vòng.

Người Anh có một câu ngạn ngữ: "Đừng hỏi tôi điều gì, tôi sẽ không nói dối bạn." Đứa trẻ lên bảy đang lắng nghe câu chuyện thần tiên tuyệt đối chăm chú; cậu bé nén những câu hỏi của mình lại trong khi câu chuyện đang được kể. Vì vậy những sự lừa dối nguyên sơ và vén khéo vẫn còn trần trụi và ngây thơ như một đứa bé; minh bạch như chân lý, trong sáng như những bọt bóng. Nhưng những lời dối trá nặng nề và thông thái của những con người hiện đại chúng ta đã khoác lên sự thật những rèm che trướng phủ. Và nếu có khám phá ở bất kỳ nơi nào một lỗ thủng nhỏ bé nhất của sự lừa dối, độc giả sẽ quay ngoắt đi với một thái độ phẫn nộ kiểu cách, còn tác giả sẽ bị mất uy tín.

Khi chúng ta còn trẻ, chúng ta cảm nhận được tất cả những điều thuần khiết; và chúng ta có thể khám phá những tinh túy này trong một câu chuyện thần tiên bằng một thứ khoa học chính xác của riêng chúng ta. Chúng ta chẳng bao giờ quan tâm đến những điều vô dụng của kiến thức như vậy. Chúng ta chỉ quan tâm đến lẽ phải. Và những trái tim non nớt của chúng ta biết rõ Cung Điện Chân Lý bằng pha lê nằm ở đâu và đi đến đó bằng cách nào. Nhưng ngày nay chúng ta chờ đợi những trang giấy với những thông tin thực tế, trong khi chân lý chỉ đơn giản là thế này: "Có một ông vua."

Tôi nhớ rất rõ cái buổi chiều ở Calcutta khi câu chuyện thần tiên ấy bắt đầu. Mưa bão không ngớt. Toàn bộ thành phố bị ngập lụt. Trong đường hẽm nước ngập đến đầu gối. Tôi tràn trề hy vọng, gần như tin chắc rằng gia sư của tôi sẽ không đến được chiều hôm đó. Tôi ngồi trên chiếc ghế trong một góc của hàng hiên và nhìn xuống con đường, với trái tim càng lúc càng rộn ràng. Từng phút chăm chú nhìn ra mưa, và khi mưa bắt đầu dịu hơn, tôi cầu nguyện bằng tất cả sức lực: "Lạy trời, hãy mưa nữa cho qua bảy giờ rưỡi." Bởi vì tôi sẵn lòng tin rằng mưa chẳng cần thiết cho điều gì khác ngoài việc bảo vệ một đứa bé yếu đuối trong một góc ở Calcutta thoát khỏi những khắc nghiệt cực kỳ của vị gia sư, một buổi tối. Nếu không vì để đáp lại lời nguyện cầu của tôi, dù sao đi nữa thì cũng thuận theo những luật lệ của thiên nhiên, mưa vẫn không ngừng.

Nhưng, lạy thánh A-la! Không phải gia sư của tôi đó chứ?

Chính xác đến từng phút, tại góc quanh của con hẽm, tôi thấy cái dù của ông đang đến gần. Cái bong bóng vĩ đại của niềm hy vọng vỡ tan trong lòng tôi, trái tim tôi tan nát. Đích thực, nếu có sự trừng phạt tội lỗi sau khi chết, thì gia sư của tôi sẽ tái sinh thành tôi và tôi sẽ tái sinh thành gia sư của tôi.

Ngay khi tôi thấy chiếc dù của ông, tôi chạy ào vào phòng mẹ tôi. Mẹ và bà ngoại đang ngồi đối diện nhau đánh bài dưới ánh sáng một ngọn đèn. Tôi chạy vào phòng ném mình lên giường bên cạnh mẹ tôi và nói:

- Mẹ ơi, gia sư đến, mà con nhức đầu quá. Con không thể nghỉ học ngày hôm nay sao mẹ?

Tôi hy vọng không một đứa trẻ nào ở tuổi non nớt được phép đọc câu chuyện này, và tôi thành tâm mong muốn câu chuyện này không được sử dụng trong sách giáo khoa hoặc sách vỡ lòng trong các trường học. Bởi vì điều tôi đã làm thật là quá tồi tệ, và dù vậy tôi cũng không nhận một sự trừng phạt nào. Ngược lại, cái tính tai quái của tôi lại được tưởng thưởng một cách xứng đáng.

Mẹ nói với tôi: "Được", rồi quay sang người hầu và nói: "Hãy bảo với gia sư là có thể về nhà."

Thật vô cùng dễ hiểu rằng mẹ không hề nghĩ tôi ốm nghiêm trọng khi mẹ tiếp tục chơi bài như trước và không chú ý gì thêm. Và tôi cũng vùi đầu vào trong gối, cười với trái tim mãn nguyện. Mẹ tôi và tôi hiểu nhau rất rõ.

Nhưng ai cũng biết thật khó làm sao khi một đứa trẻ bảy tuổi phải giả vờ ốm trong một thời gian dài. Khoảng sau một phút, tôi túm lấy bà và nói: "Bà ơi, kể cháu nghe một câu chuyện đi."

Tôi phải yêu cầu nhiều lần. Bà và mẹ cứ tiếp tục chơi bài và không để ý gì. Cuối cùng mẹ nói với tôi: "Nhóc con, đừng quấy rầy. Đợi đến khi chơi xong đã". Nhưng tôi cứ nài nỉ: "Bà ơi, kể cho cháu nghe một câu chuyện đi." Tôi bảo mẹ có thể chơi tiếp vào ngày mai, nhưng mẹ phải để bà kể tôi nghe một câu chuyện ngay lúc ấy.

Cuối cùng mẹ ném những quân bài xuống và nói: "Tốt hơn là mẹ nên chiều theo ý nó. Con không thể nào quản được nó." Có lẽ trong đầu mẹ lúc đó là mẹ sẽ không phải kèm cặp mệt nhọc vào ngày mai, còn tôi buộc sẽ phải trở về với những bài học ngốc nghếch kia.

Ngay khi mẹ đồng ý, tôi chạy ngay đến bà. Tôi nắm lấy tay bà, hân hoan nhảy múa, kéo bà vào trong mùng. Tôi vồ lấy chiếc gối trong sự cuồng nhiệt, nhảy lên nhảy xuống trong thích thú, rồi tôi trầm tĩnh hơn một chút và nói: "Kể đi bà, kể một câu chuyện đi bà!"

Bà tiếp tục: "Và nhà vua có một hoàng hậu." Thật là hay khi bắt đầu như thế. Vị vua chỉ có duy nhất một hoàng hậu.

Thường thường thì những vị vua trong các chuyện thần

tiên có rất nhiều hoàng hậu. Và bất cứ khi nào chúng ta nghe nói đến có hai người vợ là trái tim ta đã bắt đầu trĩu xuống. Chắc chắn sẽ có một người gặp bất hạnh. Nhưng trong câu chuyện của bà thì mối nguy hiểm đó đã qua. Nhà vua chỉ có một hoàng hậu. Tiếp theo đó chúng ta nghe rằng nhà vua không có con trai. Lúc bảy tuổi, tôi đã không nghĩ rằng có điều gì phiền hà đối với một người đàn ông không có con trai. Vị vua chỉ có một trở ngại duy nhất đó.

Chúng ta không hăm hở lắm khi nghe rằng nhà vua đã ra đi vào rừng để hành xác mong cầu một đứa con trai. Duy chỉ có một điều có thể làm cho tôi phải đi vào rừng sâu đó là trốn chạy khỏi vị gia sư!

Nhưng nhà vua đã để lại hoàng hậu và đứa con gái nhỏ, một người sau đó sẽ lớn lên thành một công chúa xinh đẹp.

Mười hai năm trôi qua, nhà vua vẫn tiếp tục sống đời khổ hạnh, và không bao giờ nghĩ gì về đứa con gái xinh đẹp của mình. Công chúa đã đến lứa tuổi thanh xuân rực rỡ của nàng. Còn hoàng hậu thì héo hon trong nỗi buồn và than khóc: "Con gái ngọc ngà của ta sẽ phải chết già mà không ai đến rước ư? Ôi chao, số phận của ta mới hẩm hiu làm sao!"

Thế rồi hoàng hậu gửi một thơ đồng đến gặp nhà vua, khẩn khoản xin ngài hãy trở về một đêm và dùng một bữa tiệc trong cung điện. Và nhà vua đồng ý. Hoàng hậu đích thân nấu các món ăn vô cùng kỹ lưỡng, sáu mươi tư món ăn, đặt nơi ngự tọa bằng gỗ đàn hương; đồ ăn thức uống được bày trong những đĩa vàng, ly bạc. Công chúa đứng ở phía sau với chiếc quạt lông công trên tay. Nhà vua, sau mười hai năm vắng mặt, giờ đây đã về nhà, và công chúa phe phẩy chiếc quạt, sáng ngời cả căn phòng với vẻ đẹp rực rỡ của nàng. Nhà vua cứ nhìn mãi khuôn mặt công chúa và quên cả dùng bữa.

Cuối cùng ngài hỏi hoàng hậu: "Này, cô gái mỹ miều như pho tượng nữ thần bằng vàng là ai vậy? Cô gái ấy là con của ai thế?"

Hoàng hậu dập đầu khóc: "Than ôi, số kiếp tôi mới bất hạnh làm sao! Bệ hạ không biết con gái của chính mình hay sao?"

Nhà vua giật mình sửng sốt. Cuối cùng ngài nói: "Con gái nhỏ xíu của ta giờ đã trở thành một thiếu nữ rồi đó ư?"

"Chứ còn gì nữa", hoàng hậu đáp với một tiếng thở dài. "Bệ hạ không nhớ rằng mười hai năm đã trôi qua rồi sao?"

"Nhưng sao nàng không tính chuyện trăm năm cho nó?", nhà vua hỏi.

"Bệ hạ đi xa," hoàng hậu đáp. "Làm sao thiếp có thể tìm thấy một người chồng phù hợp cho nó."

Nhà vua bỗng trở nên vô cùng phấn khích. Ngài nói: "Người đàn ông đầu tiên ta gặp ngày mai khi rời khỏi cung điện sẽ được cưới công chúa."

Công chúa vẫn tiếp tục phe phẩy chiếc quạt lông công, và nhà vua cũng dùng xong bữa ngự thiện.

Sáng hôm sau, khi nhà vua ra khỏi cung điện, ngài thấy con trai của một người Bà-la-môn đang nhặt cành khô trong khu rừng phía ngoài cổng của hoàng cung. Cậu bé vào khoảng 7, 8 tuổi.

Nhà vua nói: "Ta sẽ gã con gái của ta cho cậu bé."

Nào ai dám trái lệnh đức vua? Ngay tức khắc cậu bé được gọi đến và cậu cùng công chúa quàng cho nhau những vòng hoa cưới.

Đến đoạn này, tôi tiến gần bà hơn và hỏi một cách nôn nóng: "Rồi sao nữa bà?"

Từ đáy trái tim tôi có một nỗi khao khát vô cùng chính tôi được thay thế cho cậu bé nhặt củi bảy tuổi tốt phước kia. Trời đêm vang tiếng mưa rơi lộp độp. Chiếc đèn ngủ bằng đất bên cạnh giường tôi đã lụi dần. Giọng kể của bà vẫn đều đều tiếp nối câu chuyện. Tất cả những điều đó đã hình thành trong một góc trái tim cả tin của tôi một niềm tin rằng tôi đã từng nhặt củi trong một sớm bình minh tại một vương quốc xa xôi của một vì vua vô danh nào đó, và trong thoáng chốc đã từng cùng với một nàng công chúa xinh như Nữ Thần Sắc Đẹp trao nhau vòng hoa cưới. Nàng có dải băng vàng trên tóc và đôi hoa tai bằng vàng trên tai. Nàng có sợi dây chuyền vàng cùng những vòng xuyến bằng vàng, một sợi dây lưng bằng vàng thắt ngang eo và đôi kiềng vàng kêu leng keng trên đôi chân nàng.

Nếu bà là tác giả của câu chuyện thì chắc bà phải đưa ra không biết bao nhiêu là lời giải thích cho câu chuyện nhỏ bé này! Trước tiên, người ta sẽ hỏi tại sao nhà vua phải ở lại trong rừng mười hai năm? Thứ hai, tại sao con gái của nhà vua vẫn còn chưa nên gia thất trong suốt thời gian đó? Điều này sẽ được xem như là ngớ ngẩn. Thậm chí công chúa cũng không một lời phàn nàn bất tuân, mà lẽ ra phải khóc lóc than van về chính cuộc hôn nhân này. Thứ nhất, điều đó không bao giờ xảy ra. Thứ hai, làm sao có một cuộc hôn nhân giữa công chúa con của một chiến binh và con trai của tu sĩ Bà-la-môn? Độc giả của bà sẽ ngay lập tức tưởng tượng rằng tác giả đang bí mật tuyên giáo chống lại những tập tục xã hội. Và ắt là họ sẽ ghi chép.

Vì vậy tôi cầu nguyện bằng cả trái tim rằng bà của tôi sẽ được tái sinh là người bà lần nữa, và không phải chịu số phận khổ sở như cháu trai bất hạnh của bà. Vì vậy, rộn rã niềm vui và khoan khoái, tôi hỏi bà: "Rồi sao nữa bà?"

Bà tiếp tục: "Thế rồi trong một nỗi khổ sở khôn cùng công chúa đem người chồng bé nhỏ của mình ra đi, xây một lâu đài thất cung nguy nga, rồi bắt đầu nuôi dưỡng người chồng hết sức chu đáo."

Tôi nhảy choi choi trên giường ghì lấy chiếc gối chặt hơn bao giờ hết và hỏi: "Rồi sao nữa bà?"

Bà tiếp tục: "Cậu bé đến trường, học nhiều bài học từ những người thầy của mình. Khi chàng lớn lên những người bạn cùng lớp bắt đầu hỏi: "Quý nương xinh đẹp sống cùng với bạn trong lâu đài thất cung là ai vậy?" Con trai người Bà-la-môn cũng nôn nóng muốn biết nàng là ai. Chàng chỉ có thể nhớ một ngày kia chàng từng nhặt củi và một biến cố lớn lao xảy ra. Nhưng tất cả đã quá lâu, ký ức đã bị xoá mờ.

Bốn hoặc năm năm cứ thế trôi đi. Những người bạn vẫn luôn hỏi chàng: "Quý nương xinh đẹp sống cùng với bạn trong lâu đài thất cung là ai." Và con trai người Bà-la-môn từ trường trở về nhà buồn bã nói với công chúa: "Những bạn học của ta cứ hỏi quý nương xinh đẹp sống trong lâu đài này là ai mà ta không thể trả lời họ. Hãy nói cho ta biết, hãy nói đi, người là ai!" Công chúa đáp: "Hôm nay hãy cho qua chuyện đó. Ta sẽ kể cho người vào lúc khác". Cứ như thế bốn, năm năm nữa lại trôi qua.

Cuối cùng con trai người Ba la môn mất hết kiên nhẫn, đã nói: "Nếu hôm nay người không nói cho ta biết người là ai, thưa công nương xinh đẹp, ta sẽ rời khỏi lâu đài này." Thế là công chúa nói: "Ta hứa chắc sẽ nói cho người vào ngày mai." Ngày hôm sau, ngay khi đi học về, con trai người Bà-la-môn liền nói: "Nào, hãy kể cho ta biết nàng là ai." Công chúa nói: "Đêm nay ta sẽ nói cho chàng biết sau bữa ăn tối, khi chàng đi ngủ".

Con trai người Bà-la-môn đáp: "Tuyệt lắm", và chàng bắt đầu đếm từng giờ trong sự đợi chờ đêm đến. Về phía công chúa, nàng trải những bông hoa trắng trên chiếc giường bằng vàng, thắp sáng chiếc đèn ngủ bằng vàng với dầu thơm, trang điểm mái tóc, mặc cho mình một chiếc váy màu xanh da trời, và bắt đầu tính từng giờ trông đợi đến đêm.

Buổi tối hôm đó khi chồng nàng - con trai người Bà-la-môn đã dùng bữa xong, quá nôn nóng đến nỗi không thể ăn được, và chàng đã đến bên chiếc giường bằng vàng trong căn phòng ngủ rắc đầy hoa, chàng nói với chính mình: "Đêm nay, ta sẽ biết chắc chắn công nương xinh đẹp trong lâu đài thất cung này là ai."

Công chúa đã dùng hết bữa ăn mà chồng nàng để lại, rồi chậm rãi bước vào phòng ngủ. Trong đêm nay nàng phải trả lời câu hỏi, quý nương xinh đẹp sống trong lâu đài thất cung này là ai. Và khi nàng lên giường để kể với chàng thì nàng thấy một con rắn đã bò ra khỏi những đóa hoa và cắn con trai người Bà-la-môn. Cậu bé - chồng nàng - đang nằm trên chiếc giường đầy hoa với khuôn mặt xám ngoét đã chết.

Tim tôi đập liên hồi, tôi hỏi với giọng tắt nghẹn: "Rồi sao nữa?" Bà nói: "Thế rồi..."

Thế nhưng, phỏng có lợi ích gì khi tiếp tục câu chuyện này? Nó chỉ dẫn đến những điều càng lúc càng viễn vông. Cậu bé bảy tuổi không biết điều đó, nếu có một điều gì "Rồi sao nữa" sau cái chết, thì không một người bà nào có thể kể cho chúng ta biết được!

Nhưng niềm tin của một đứa trẻ không bao giờ biết đến sự thất bại, và niềm tin đó sẽ túm lấy áo của người chết và đem chàng trở về. Thật tổn thương cho cậu bé khi phải nghĩ rằng một câu chuyện trong buổi chiều vắng bóng gia sư bỗng dưng lại kết thúc như vậy. Vì vậy bà ngoại lại phải tái hồi câu chuyện từ đoạn căn phòng ngủ đã đóng cửa vĩnh viễn bởi cái Kết thúc tuyệt đẹp; nhưng bà đã làm việc đó thật đơn giản: chỉ đơn thuần là cho thi thể trôi bồng bềnh nơi một bè chuối trên dòng sông, và thêm vài câu thần chú được đọc lên bởi một thầy phù thủy.

Nhưng trong cái đêm mưa tầm tã và trong ánh đèn leo lét, cái chết đã mất đi sự kinh hoàng trong trí óc của cậu bé, và dường như không có gì hơn ngoài một giấc ngủ sâu của một đêm thành tín. Khi câu chuyện kết thúc thì mi mắt cũng nặng trĩu cơn buồn ngủ. Vì thế, đó là duyên do chúng ta để cho thân hình bé nhỏ trôi bềnh bồng trên lưng của giấc ngủ băng qua dòng nước tĩnh lặng của thời gian, để rồi vào lúc ban mai niệm một vài câu thần chú trao trả chàng lại thế giới của sự sống và ánh sáng.

o o o